സൂര്യക്കാന്തി

ഡോ. എം ഗംഗാദേവി

ചന്ദ്രമന കെ. മാധവൻ നമ്പൂതിരിയുടേയും ഡി.ദേവകി അന്തർജന ത്തിന്റെയും മകളായി കൊല്ലം ജില്ലയിലെ തേവന്നൂരിൽ ജനിച്ചു. ഗവൺമെന്റ് എച്ച്. എസ് തേവന്നൂർ, സെന്റ് ജോൺസ് കോളേജ്, അഞ്ചൽ, എൻ.എസ്.എസ്. കോളേജ് നിലമേൽ, കേരള സർവക ലാശാല കാര്യവട്ടം, കോളേജ് ഓഫ് ടീച്ചർ എഡ്യൂക്കേഷൻ കോഴി ക്കോട് എന്നിവിടങ്ങളിലായി വിദ്യാഭ്യാസം. ഗവൺമെന്റ് വി.എച്ച്. എസ്.എസ്. മണക്കാട്, ഗവൺമെന്റ് എച്ച്. എസ്.എസ് കുലശേഖര പുരം, ഗവൺമെന്റ് ഗേൾസ് എച്ച്.എസ്. എസ് കോട്ടൺഹിൽ, ഗവൺമെന്റ് കോളേജ് തിരൂർ, ഗവൺമെന്റ് ആർട്സ് ആൻഡ് സയൻസ് കോളേജ് കുളത്തൂർ, നെയ്യാറ്റിൻകര, കെ.കെ.ടി.എം ഗവൺമെന്റ് കോളേജ് പുല്ലൂറ്റ്, കൊടുങ്ങല്ലൂർ, ഗവൺമെന്റ് കോളേ ജ് കാസറഗോഡ് എന്നിവിടങ്ങളിൽ മലയാളം അദ്ധ്യാപികയായി പ്രവർത്തിച്ചിട്ടുണ്ട്. ഇപ്പോൾ തിരുവനന്തപുരം സർക്കാർ വനിതാ കോളേജിൽ മലയാളം അദ്ധ്യാപികയായി സേവനമനുഷ്ഠിക്കുന്നു.

ഭർത്താവ് : ടി.എം.വിഷ്ണു നമ്പൂതിരി

മക്കൾ : ദേവി വിഷ്ണുപ്രിയ ടി.വി., ദേവി ദേവപ്രിയ ടി.വി.

കൃതികൾ : പവിഴമല്ലി (ബാലസാഹിത്യം-എഡിറ്റർ), ഒന്ന് (കവിതാസമാഹാരം), ഇടപ്പള്ളി രാഘവൻപിള്ള (ജീവചരിത്രം), പേനക്കമ്പനിക്കാരുടെ ശ്രദ്ധയ്ക്ക് (കവിതാസമാഹാരം), കാവ്യാ ന്തരങ്ങൾ (പഠനഗ്രന്ഥം)

വിലാസം:

തോട്ടാശ്ശേരി മഠം, ടി.സി. 50/872 (16) HSRA. B..34, കാലടി,
കരമന പി.ഒ., തിരുവനന്തപുരം-695002.
email : ganga40vishnu@gmail.com

ഡോ. എം ഗംഗാദേവി

സൂര്യകോന്തി

(കവിതകൾ)

ഫെമിംഗോ ബുക്സ്
2022

വില: 180 രൂപ

Suryakonthi
By Dr.M.Gangadevi
Malayalam Poems

Published by:-
FEMINGO BOOKS
femingobooks@gmail.com
Ph: 90740 98776, 8301034604
Cover Design:
Rajesh Chalode

Edition:
First Editon July 2022
Copies: 1000

ISBN: 978-93-91085-03-2

പ്രസാധകക്കുറിപ്പ്

പെണ്ണ് അനുഭവിക്കുന്ന വിചാരങ്ങൾ,
അവളുടെ കൽപ്പനകൾ, അവളുടെ വികാരവിക്ഷോഭങ്ങൾ
അതിന് അതിന്റേതായ ഒരു സൗന്ദര്യമുണ്ട്.
സാർവത്രികമായ ചിന്തയല്ല, അതിൽ കാണാവുന്നത്.
ഒളിഞ്ഞും തെളിഞ്ഞും ചിലപ്പോൾ അഗൗരവമെന്ന്
അടയാളപ്പെടുത്തിയാൽ പോലും വേറിട്ട വായന
ആവശ്യപ്പെടുന്ന വാക്കുകളാണിത്. വാക്കിന്റെ ചിതയെരിഞ്ഞ്
ഉയരുന്ന പുക ഒരു വിപ്ലവത്തിന്റെ വീതുളിയായേക്കാം,
ചിലപ്പോഴത് അടിച്ചമർത്തലിന്റെ കാരാഗൃഹത്തിലേക്കുള്ള
കൈവഴിയായേക്കാം. എന്നാലും, അവൾ ലോകനീതി പോലെ
വാക്കുകളെ പെറുന്നു, അടുക്കിവെച്ച്
അവളുടെ ലോകമുണ്ടാക്കുന്നു. 'സൂര്യകോന്തി'
എന്ന കവിതാസമാഹാരത്തിലെ ഓരോ കവിതയും
സ്ത്രൈണസ്വത്വത്തിന്റെ ആത്മബോധമാണ്.
അത് ചോദ്യം ചെയ്യുന്നത് സമൂഹത്തെയും
സംസ്ക്കാരത്തെയുമാണ്. അതുകൊണ്ട് തന്നെ
അവ അച്ചടിക്കപ്പെടേണ്ടത് കാലഘട്ടത്തിന്റെ
ആവശ്യവുമായിരുന്നു.

ദുർഗ മനോജ്

വാക്കുകൾകൊണ്ട്
പുതിയൊരു ശരീരം
കൊത്തി വയ്ക്കണം.
പഞ്ചേന്ദ്രിയങ്ങളും
ദഹനേന്ദ്രിയങ്ങളും
വരഞ്ഞെടുക്കണം.
രക്തവും ഹൃദയവും
ചായക്കൂട്ടുകളിൽനിന്ന്
പിഴിഞ്ഞെടുക്കണം.
നീണ്ട കയ്യും കാലും വിരലുകളും
നിവർത്തിത്തന്നെ വയ്ക്കണം
തൂലിക പിടിക്കുവാൻ പഠിപ്പിക്കണം
തലച്ചോറിന്റെ വ്യൂഹത്തിന്
യാതൊരു കോട്ടവും വരരുത്
കേന്ദ്രബിന്ദുവിൽ നിന്നും
കവിതയുടെ സരോവരമൊഴുകണം
ബ്രഹ്മകമലങ്ങൾ വിടരണം.
അക്ഷരങ്ങളേ...
കാലത്തിനെ സാക്ഷിയാക്കണേ...

ഡോ. എം. ഗംഗാദേവി

അവതാരിക

സ്നേഹത്തിന്റെ താക്കോൽക്കിലുക്കം

കവിത ബഹവർത്ഥരൂപിണിയാണ്. ആസ്വാദകഹൃദയങ്ങളിൽ തത്തിക്കളിക്കുകയും കൊത്തിയുടയ്ക്കുകയും ഉത്തുംഗങ്ങളിലേക്കെടുത്തെറിയുകയും ചെയ്യും യഥാർത്ഥ കവിത. അനിർവചനീയമായ അനുഭൂതിദായകങ്ങളാണവ. കാവ്യപാരായണം നൽകുന്ന അനുഭവം പലപ്പോഴും വാക്കുകൾക്കതീതമായിരിക്കും. അങ്ങനെയുള്ള കവിതകൾ കാലാതിവർത്തിയും സാർവജനീനവുമായി ഭവിക്കും. എന്നാൽ പുതിയ കാലത്തിന്റെ സന്താനങ്ങളായ കവിതകൾ പലപ്പോഴും ഈ ഗണത്തിൽപ്പെടുകയില്ല. 1990–കളിൽ തന്നെ കവിതയ്ക്ക് ഈ അപചയം സംഭവിച്ചുകഴിഞ്ഞു. തുടർന്നു വന്ന കവിതകളൊക്കെ പ്രതിധ്വനികളും ചവർപ്പും നിറഞ്ഞവയായിരുന്നു. ഇന്ന് കവികളെ തട്ടാതെയും തൊടാതെയും നടക്കാൻ പറ്റാത്ത അവസ്ഥയാണുള്ളത്. ഒന്നാം ക്ലാസിലെ കുട്ടി മുതൽ ജ്ഞാനവൃദ്ധന്മാർ വരെ അക്ഷരങ്ങൾ കൂട്ടിച്ചൊല്ലി ദൈവജ്ഞരാകാൻ ശ്രമിക്കുന്നു! പത്രമാസികകളിലും ദൃശ്യശ്രവ്യമാധ്യമങ്ങളിലും സാമൂഹ്യമാധ്യമങ്ങളിലും എന്നുവേണ്ട സകല ഇടങ്ങളിലും ഒരു മുറിക്കവിതയുമായി ഏവനും പ്രത്യക്ഷപ്പെടുന്നു. കൂടാതെ സ്വന്തം പുസ്തകങ്ങളുമായി അനവധി കവികളും. ഇവർക്കിടയിൽ എവിടെ അടയാളപ്പെടുത്തണം ഗംഗാദേവിയെ എന്ന ആശങ്കയിലാണ് ഞാൻ. എങ്കിലും ഏതൊരു വിഷയത്തെയും മടികൂടാതെ സമൂഹവുമായി ഇണക്കപ്പെട്ട് കിടക്കുന്ന കവിതകളാണ് ഗംഗാദേവിയുടേത്.

'കാണാത്ത കവിത'യിൽ തുടങ്ങി 'കവിതയുണ്ട്' എന്ന തിരിച്ചറിവിൽ അവസാനിക്കുന്ന അറുപത്തഞ്ച് കാവ്യരൂപങ്ങളാണ് 'സൂര്യകോന്തി' എന്ന കവിതാസമാഹാരത്തിലുള്ളത്. കവിതയെ ജീവിതമായും സ്നേഹമായും പ്രണയമായും ഹൃദയച്ചൂടിലിട്ട് രൂപാന്തരം വരുത്തുന്ന ജാലമാണ് ഗംഗാദേവിയുടെ അക്ഷരലോകത്തിന് എന്ന് പറഞ്ഞാൽ അതിശയോക്തിയാവില്ല.

'കവിതയെ കാണുന്നില്ല
അവൾ മനസ്സുവിട്ടു'

എന്ന് പറയുമ്പോൾ നാടുവിട്ടു പോകുന്ന മനുഷ്യനെപ്പോലെ മനസ്സ് വിട്ട് പോയ കവിതയെത്തേടി നടക്കുന്ന ഒരു അക്ഷരസ്നേഹിയെയാണ് ഈ കവിതയിൽ കാണുന്നത്.

'അറിയാമെന്നിട്ടും
അറിയാത്ത പോലെ
ഉണ്ടെങ്കിലും
ഇല്ലാത്ത പോലെ
അടുത്താണെങ്കിലും
അടുത്തില്ലാത്ത
പോലെ-

ഇന്നത്തെ ജീവിതത്തിലെ പൊള്ളത്തരവും ശൂന്യതയും സമൂഹത്തിലും അവനവനിലും നിഴലിക്കുന്ന ലളിതാവിഷ്കാരമാണ് 'പോലെ' എന്ന കവിത. ഞാനില്ലാത്ത പോലെയും ഞാനല്ലാത്ത പോലെയും ഉണ്ടാകുന്ന തോന്നലുകൾ യഥാർത്ഥത്തിൽ ഓരോരുത്തരും അനുഭവിക്കുന്ന ആത്മസംഘർഷം തന്നെയാണ്.

പമ്മിപ്പമ്മി നടക്കണമെന്നും കണ്ണടച്ച് കുടിക്കണമെന്നും 'പൂച്ചകളാവണം' എന്ന കവിതയിലൂടെ പറയുമ്പോഴുള്ള കറുത്ത ഹാസ്യം എടുത്തു പറയേണ്ടതാണ്. 'തത്തമ്മേ പൂച്ച, പൂച്ച' എന്ന് പറഞ്ഞു പഠിപ്പിച്ച കിളിച്ചൊല്ല് മറന്ന് തത്തമ്മകളെ തട്ടണം എന്ന് പറയുന്നിടത്തെ വക്രോക്തി ശ്രദ്ധേയമാണ്. കൂട്ടംതെറ്റി പറക്കരുത് എന്ന് മകളെ ഉപദേശിക്കുമ്പോഴും കൂട്ടം തെറ്റിപ്പറക്കുമ്പോഴാണ് പുതുകാഴ്ചകൾ കാണാനാവുക എന്ന യാഥാർത്ഥ്യം മകൾക്ക് പറഞ്ഞു കൊടുക്കുന്നുണ്ട് 'മകൾക്ക്' എന്ന കവിതയിൽ.

പെൺശബ്ദം ഏറെ ശക്തിയോടെ പ്രതിഫലിപ്പിക്കുന്നതാണ് സൂര്യകോന്തി, നന്മമരം, പ്രണയശേഖരം, മരക്കഴുത, പ്രണയപ്പട്ടി, പ്രണയമരം വെട്ടുമ്പോൾ, വീണപൂവ്, പൊട്ടക്കിണർ എന്നീ കവിതകൾ. ജി.ശങ്കരക്കുറുപ്പിന്റെ സൂര്യകാന്തിക്ക് പുതിയ കാലത്തിന്റെ ഭാഷ്യമാണ് 'സൂര്യകോന്തി.'

ജി. യുടെ 'സൂര്യകാന്തി'യിൽ ജീവാത്മാ പരമാത്മാ ബന്ധത്തിന്റെ രഹസ്യാത്മകതയാണെങ്കിൽ പ്രണയത്തിന്റെ മറ്റൊരു പതിപ്പാണ് സൂര്യകോന്തി. കോന്തിയെന്ന് സ്വയം പുച്ഛിച്ചാലും സൂര്യനെ ചോദ്യം ചെയ്യുന്നവളെയാണ് കാണുന്നത്. നാക്കിലയ്ക്കുള്ളിൽ പൊതിഞ്ഞ് കാൽക്കൽ വച്ച ഹൃദയം നായ്ക്കൾ കടിച്ചുകീറിത്തിന്നട്ടെ എന്നെഴുതിയ ഗംഗാദേവിയുടെ മറ്റൊരു കവിതാസമാഹാരത്തിൽ വന്ന 'പുരാവൃത്തം' എന്ന കവിതയിൽ രാധ കൃഷ്ണനോട് പറയുന്നുണ്ട് തന്റെ മൃതശരീരം ഉറുമ്പുകൾക്ക് തിന്നാനിട്ടു കൊടുത്തേക്കാൻ. അതും നീലക്കടമ്പിന്റെ ചോട്ടിൽ ഇട്ടിട്ട് തിരിഞ്ഞു നോക്കാതെ പോകുവാനാണ് ക്രുദ്ധയായ രാധ കൃഷ്ണനോട് പറ

ഞ്ഞത്. പുരാണ കഥാസന്ദർഭങ്ങളെ സമകാലികജീവിതത്തിൽ പുനർവായിക്കപ്പെടുമ്പോൾ എതിർവായനകളുടെ സാധ്യതകളാണ് ഗംഗാദേവി പല കവിതകളിലും തുറന്നുവയ്ക്കുന്നത്. സൂര്യകോന്തി എന്നത് ഉചിതമായ ഒരു തലക്കെട്ടുമാണ്. ഈ സമാഹാരത്തിലെ ഏറെ പ്രധാനപ്പെട്ടതും കൂടുതൽ ചർച്ച ചെയ്യപ്പെടേണ്ട കവിതയുമാണിത്.

ചിരിച്ചു കൊണ്ട് കഴുത്തറക്കുന്നതെങ്ങനെയെന്ന് പറഞ്ഞു തരുന്നത് 'നന്മമര'മാണ്. ഇവിടുത്തെ കറുത്ത ചിരി എടുത്തു പറയേണ്ടതാണ്. 'പ്രണയശേഖരങ്ങൾ' ധാരാളമുണ്ട്. എന്നാൽ അപകടകാരികളായ സ്ഥാവരങ്ങളെ കണ്ടിട്ടും അവഗണിക്കാത്തതിലെ പ്രതിഷേധമാണ്,

'പ്രണയാഗ്നിയിൽ ചാടിവീഴുവാൻ

പൊള്ളുവാൻ' എന്നതിലെ ചോദ്യചിഹ്നങ്ങൾ. പഴഞ്ചൊല്ലുകളെ മറിച്ചിട്ടുകൊണ്ടുള്ള സാന്ദ്രമായ ഒരു കവിതയാണ് 'മരക്കഴുത'.

'പുരപ്പുറത്തു കയറിയില്ല

തൂത്തുവാരിയില്ല'

അതേ, പുത്തനച്ചി തന്നെയാണ്. 'മനസാ വാചാ ഉവാച- കഴുത, പടുപാട്ടൊന്നു പാടാത്ത മരക്കഴുത' എന്ന് സ്വയം അപഹസിക്കപ്പെടുമ്പോൾ കീഴ്മേൽ മറിഞ്ഞ ലോകത്തോടുള്ള കാഴ്ചപ്പാട് അടിവരയിട്ട് അവതരിപ്പിക്കുകയാണ് കവി.

പ്രണയമരം സ്വയം വെട്ടിക്കളയുന്ന അസഹ്യമായ കാഴ്ച കണ്ണടച്ചുവച്ചനുഭവിക്കുന്നുണ്ട് കവി. ഇനി തന്നെ പ്രണയിക്കാനനുവദിക്കാത്ത വിധം ഒറ്റ ഇല പോലും മുളയ്ക്കരുത് എന്ന് ശപിക്കുകയാണ്. ഒരു പട്ടിയേപ്പോലെ പിന്നാലെ കിതച്ചു നടന്നിട്ടും പടിക്ക് പുറത്തിട്ട് പൂട്ടുകയും തുടലിട്ട് കെട്ടുകയും ചെയ്യുന്ന ലോകത്തോട് 'പ്രണയപ്പട്ടി' എന്ന് പേരിട്ട കവിത കിതച്ചു കൊണ്ടു നിന്നാണ് ചോദിക്കുന്നത്- 'അരവയറിന് മാത്രം കിട്ടുന്ന സ്നേഹത്തിനു വേണ്ടി കാവൽ കിടക്കുവതെന്തിന്?' പുരുഷമേൽക്കോയ്മയോട് തന്നെയുള്ള ചോദ്യമാണിത്. യജമാനനും വിധേയനും തമ്മിലുള്ള വൈരുദ്ധ്യങ്ങളുടെ സ്വൈരക്കേട് കൃത്യമായി വരച്ചിടുന്നു. ആത്മാവ് പറിഞ്ഞു പോയ എല്ലിൻ കൂടായി മാറിയിരിക്കുന്നു സ്ത്രീത്വം. അതിന്റെ മജ്ജയും മാംസവും അതിരുകൾക്കുള്ളിൽ വരയിട്ടു നിർത്തി ദഹിപ്പിച്ചു കളഞ്ഞു. അവൾ ആത്യന്തികമായി തിരിച്ചറിയണം- കിതച്ചു വിറച്ചാണെങ്കിലും ഇറങ്ങിപ്പോക്ക് നടത്തിയ പെൺമനസ് ഇവിടെ സമാരംഭിക്കുകയാണ് എന്ന്.

'കണ്ണേ മടങ്ങണോ?കരഞ്ഞുമലഞ്ഞുമാശു പെണ്ണാകുമിക്കുരിശ് മണ്ണിലടിഞ്ഞു പോണോ?

എന്നാലസാധ്യമതെങ്കിലും

മറ്റുള്ളവർക്ക്

ഗതി കിട്ടുമെങ്കിൽ കണ്ണീർ കുടിച്ചുമവനിയിതിൽ കഴിച്ചുകൂട്ടാം' കുമാരനാശാന്റെ വീണപൂവിനെ ഓർമിപ്പിക്കുന്നു ഈ കവിത. മടങ്ങുവാൻ അവൾക്ക് ആഗ്രഹമില്ല. താൻ കുരിശാണെന്നും മണ്ണിലടിഞ്ഞു പോണോ എന്നും ചോദിക്കുമ്പോഴും അത് തനിക്ക് അസാധ്യമാണെന്ന യാഥാർത്ഥ്യം തിരിച്ചറിഞ്ഞ് ജീവിതത്തോടുള്ള ആസക്തി വ്യക്തമാക്കുകയാണ് മറ്റുള്ളവർക്ക് ഗതി കിട്ടുമെങ്കിൽ കണ്ണീർ കുടിച്ചും കഴിച്ചുകൂട്ടാം എന്ന് പറയുന്നതിലൂടെ. അതിജീവനത്തിന്റെ 'കണ്ണീർപ്പാട'ങ്ങൾ മലയാളകവിത എത്ര കണ്ടിരിക്കുന്നു! എങ്കിലും കിനാവിനെക്കാൾ കഷ്ടമായ ജീവിതച്ഛായകൾ ഈ വാക്കുകളിൽ കാണുന്നത് സ്വാഭാവികം മാത്രം.

ഏറ്റവും ധൈര്യശാലിയായ ഒരു പെണ്ണിനെയാണ് 'പൊട്ടക്കിണർ' എന്ന കവിതയിൽ കാണുന്നത്. വിവാഹം കഴിക്കുമ്പോൾതന്നെ തന്റെ കണ്ണുകൾ ആരൊക്കെയോ ചൂഴ്ന്നെടുക്കുകയാണ്. കാഴ്ച നഷ്ടപ്പെട്ടവളെപ്പോലെ ജീവിതം മാറുന്നു പിന്നെ. തന്റെ ദാമ്പത്യജീവിതം ഒരു പൊട്ടക്കിണറ്റിൽ കിടക്കുന്ന പോലെയാണ് അവൾക്കനുഭവപ്പെടുന്നത്. കാഴ്ച നഷ്ടപ്പെട്ട്, ശ്വാസംമുട്ടി, ദേഹം മുറിഞ്ഞ് എങ്ങനെയെങ്കിലും രക്ഷപ്പെടാൻ നോക്കുമ്പോൾ പിന്നെയും കടമ്പകളാണ്. കിണറിന്റെ ഓരോ തൊടിയിലും കയറിക്കൂടി ഇത്തിരി വെളിച്ചം കിട്ടുന്ന ഇടത്തേക്ക് എത്തുമ്പോൾ അടുത്ത കുരിശാണ് അവിടെ കാത്തിരിക്കുന്നത്. ചെകുത്താനും കടലിനും മധ്യേയാണ് എന്നും അവളുടെ ജീവിതം.

'ഇല്ലാത്ത കണ്ണ് മുറുക്കിയടച്ച് കരിമൂർഖന്റ പൊത്തിലേക്ക്

നെഞ്ചമർത്തി കിണർ വട്ടത്തിൽ

ചാരി നിൽക്കുന്നവൾ' ഖസാക്കിലെ രവിയെക്കാൾ ധൈര്യശാലി അല്ലേ? പാമ്പിന് ദംശിക്കാൻ തന്റെ മുലകൾ തന്നെ ചേർത്തു വെച്ചു കൊടുക്കുന്ന, അതും കിണർ വട്ടത്തിൽ ചാരി നിന്നു കൊണ്ട് തന്റെ സ്വത്വം അടയാളപ്പെടുത്തുന്ന ഈ കവിത അതിഗംഭീരം എന്ന് പറയാതെ വയ്യ. സ്ത്രീസ്വത്വം രേഖപ്പെടുത്തുന്നതിൽ പുസ്തകത്തിന്റെ പേര് തന്നെ പ്രധാനപ്പെട്ടു കിടക്കുന്നുണ്ട്. സൂര്യകോന്തി എന്നതിലെ കോന്തിത്വം സമൂഹമനസിലേക്കുള്ള കല്ലേറിയൽ ആണ്. ഞാൻ കോന്തിയാണ് എന്ന് അംഗീകരിക്കുമ്പോഴും നീ കോ

ന്തനാണ് എന്ന് അപഹസിക്കുന്നു. 'തിരുഹൃദയം കാണാതിരുന്നെങ്കിൽ' എന്ന് പറയരുതെന്ന് സൂര്യനെ ശാസിക്കുന്നിടത്താണ് കവിതയുടെ അന്യാദൃശമായ വികാസം ദർശിക്കാനാവുന്നത്. സൂര്യകാന്തിയിൽ നിന്ന് സൂര്യകോന്തിയിലേക്കുള്ള ദൂരം പ്രസക്തമാകുന്നത് ഇവിടെയാണ്.

പ്രണയത്തിന്റെ അമൃതധാരയാണ് ഗംഗാദേവിയുടെ കവിതകൾ. സ്നേഹംകൊണ്ട് വിശുദ്ധമാക്കപ്പെട്ട അനേകം കവിതകൾ ഈ സമാഹാരത്തിലുണ്ട്. ഏകലവ്യനെപ്പോലെ ഒരു 'ഏകലവ്യ'യെ സൃഷ്ടിക്കാൻ-അതും പ്രണയത്തിന്റെ ഗുരുവിന് ദക്ഷിണയായി മനസ്സ് മുറിച്ചു കൊടുത്ത ഏകലവ്യയെ സൃഷ്ടിക്കാൻ -അത്രമേൽ പ്രണയിച്ച ഒരാൾക്കേ സാധിക്കൂ. നീയും ഞാനുമായി എഴുതപ്പെട്ട പ്രണയദ്വന്ദ്വങ്ങൾ മിക്ക കവിതകളിലും കാണാം. കവിതയെത്തന്നെ പ്രണയിക്കുന്ന നിരവധി സന്ദർഭങ്ങളും കാണാവുന്നതാണ്. ഒളിച്ചു കളിക്കുന്നതിലൂടെ അവതരിപ്പിക്കുന്ന കാപട്യത്തിന്റ മുള്ളുകൾ ആസ്വാദകരിൽ കുത്തി ചോര പൊടിയിക്കുക തന്നെ ചെയ്യും. ഹൃദയം മുറിയുമ്പോഴും ചിരിച്ചു കൊണ്ടിരിക്കാൻ പരിശീലിപ്പിക്കുകയാണ് ഇതിലെ ഓരോ കവിതയും. ഹൃദയത്തിന്റെ, പ്രണയത്തിന്റെ, അഗാധതലങ്ങളിൽ നിന്ന് ഒഴുകിവന്ന ഈ വാക്കുകൾ എന്നും കവിതാലോകത്ത് മുഴക്കം അവശേഷിപ്പിക്കുക തന്നെ ചെയ്യും. അതേ, ഇപ്പോൾ ഞാനും തിരിച്ചറിയുന്നു: ഗംഗാദേവിയുടെ ഓർമയുടെ ഓരോ അണുവിലും കവിതയുണ്ട്. മനസ്സിന്റെ ഓരോ കോണിലും ഹൃദയസ്പന്ദനത്തിലും ശ്വാസനിശ്വാസങ്ങളിലും കാഴ്ചയിലും കേൾവിയിലും സ്പർശനത്തിലും രുചിയിലും മണത്തിലും ബഹുരൂപയായി ബഹുമുഖമായി കവിത മാത്രമേയുള്ളൂ. അത് കെടാവിളക്കായി എന്നും ജ്വലിക്കട്ടെ. കൂടുതൽ ശക്തിയോടെ ഇനിയും വളരട്ടെ. കുറവുകൾ തിരിച്ചറിഞ്ഞുകൊണ്ട് വീണ്ടും പറക്കുവാൻ ഈ കവിതക്കിളിക്ക് കഴിയട്ടെ. എല്ലാ ഭാവുകങ്ങളും നേരുന്നു...

ഗോപി നാരായണൻ
ചിന്താ പബ്ലിഷേഴ്സ്
തിരുവനന്തപുരം

ഉള്ളടക്കം

കവിതകൾ

സമാഹാരം
സൂര്യനോടൊരു കാര്യം
മറക്കാതിരിക്കുക
കവിതയ്ക്കറിയാത്തത്
മരണം
കവിതയുണ്ട്

IF YOU CAN

Can you please
Pretend to be the human
That I need ?
Can you please
Pretend to be that human
Who loves me?
Can you please
Pretend to help me?
Can you please
Pretend to touch me
With love?
If you can
Please act actually...
An actual human being....

കാണാത്ത കവിത

കവിതയെ കാണുന്നില്ല
അവൾ മനസ്സ് വിട്ടു.

അവൾ പറഞ്ഞു:
'കഥയില്ലാതെയെങ്ങനെ
കവിത വരും?
നിന്റെ കഥ കഴിഞ്ഞു.'

ഞാൻ നോക്കുമ്പോൾ
അക്ഷരങ്ങളോരോന്നായി
ചുഴിയിലോ
കയത്തിലോ പെട്ട പോലെ
എന്നിൽ നിന്നും
അകന്നകന്ന്
അപ്രത്യക്ഷരായി...

ഇനി ഞാനെങ്ങനെ...?

കഥ വരുംവരെ
ചിതലായി
ചിതയായി
അടങ്ങട്ടെ?

പോലെ

കണ്ടിട്ടും കാണാത്ത പോലെ
കേട്ടിട്ടും കേട്ടിട്ടില്ലാത്ത പോലെ
അറിയാമെന്നിട്ടും
അറിയാത്ത പോലെ
ഉണ്ടെങ്കിലും
ഇല്ലാത്ത പോലെ.
അടുത്താണെങ്കിലും
അടുത്തില്ലാത്ത പോലെ
പകലാണെങ്കിലും
വെളിച്ചമില്ലാത്ത പോലെ
തെളിച്ചമില്ലാത്ത പോലെ
സ്നേഹമാണെങ്കിലും
ഇഷ്ടക്കേട് പോലെ
അറിയാമെല്ലാമെങ്കിലും
സഹിക്കാനാവാത്ത പോലെ
ഇപ്പോൾ
അന്നത്തെപ്പോലല്ല
അതു പോലല്ല
അങ്ങനെയാവുന്നില്ലാത്ത
പോലെ
ഞാനില്ലാത്ത പോലെ
ഞാനല്ലാത്ത പോലെ

○○

വില

വെയിലു കായുന്ന
പൂമരം നോക്കി
കനവു കണ്ടു ഞാൻ
കാര്യമില്ലാതെ.

മഞ്ഞുപൂക്കുന്ന
പൂമലർക്കാവിൽ
നിന്നു ഞാൻ വെറും
പരിചയക്കാരി.

പൂവുതോറും
പറന്നിരിക്കുന്നു
പുഞ്ചിരിക്കുന്ന
പൂനിലാവായി നീ.

പെട്ടിയിൽ വച്ചു
പൂട്ടിയ പുഞ്ചിരി
കെട്ടുപോയെടോ
ഞാനറിയാതെ.

ശബ്ദമില്ല, പ്രകാശവുമില്ല
അക്ഷരം വഴികാട്ടിയുമില്ല

പ്രണയസൂക്തങ്ങൾ
പേപ്പിശാചുക്കളായ്
പിന്നിൽ നിന്ന്
ഭയപ്പെടുത്തുന്നു.

വില കളഞ്ഞുവോ
നമ്മളന്യോന്യം
നിഴലുകളായ്
പിരിഞ്ഞു പോവാനായ്?

○○

പൂച്ചകളാവണം

പൂച്ചകളാവണം
പമ്മിപ്പമ്മിയേ നടക്കാവൂ
കണ്ണടച്ചേ കുടിക്കാവൂ
പാതി മയക്കമേ
പാടുള്ളൂ.

മണി
അടിക്കരുത്
കെട്ടിക്കരുത്
തട്ടിപ്പരുത്.

പൂച്ച ശാസ്ത്രം
പഠിക്കണം
പൂച്ചക്കാലു
പിടിക്കണം

പമ്മിപ്പമ്മി
നടക്കണം
അള്ളിക്കീറണം
മാന്തണം

തത്തമ്മകളെ
തട്ടണം
ദേഹം
നക്കിത്തുടയ്ക്കണം

ഞ്യാവു ഞ്യാവു
കീറണം

○○

മകൾക്ക്

എനിക്ക് ചിറകില്ലല്ലോ
സ്വതന്ത്രമാകാശവും
നിനക്ക് നീ താൻ വഴി
നീ തന്നെയാകാശവും

പറന്നു കൊൾക വാനിൽ
പലനാൾ പിന്നിടുമ്പോൾ നീ
ലക്ഷ്യത്തിലെത്തും പിന്നെ
വഴിയൊന്നും മറന്നിടാ...

ഇടയ്ക്ക് കാറ്റേറ്റ് നീ
തളർന്നു പോയിടാം
നിന്റെ ചിറകിൻ തൂവൽ
കൊഴിഞ്ഞിടാം.
തുണയില്ലെങ്കിലെന്ത്? കൂടെ
വിശ്വാസം ശക്തിയായിടും.

ഇടയ്ക്ക് മാമരച്ചില്ല
നിനക്കു തണലായിടും
അതിൻ കാഫലങ്ങൾ
നിൻ പശിയാറ്റിടും.
പറന്നേ തീരൂ നിന-
ക്കന്ത്യയാമം വരെ
ചക്രവാളാന്തരങ്ങളിൽ.

നിർവിഘ്നമാകട്ടെ
നിൻ പാതയനന്തമാം.
യാത്രാമംഗളം നേരുന്നു
ഞാൻ നിനക്ക്
യാത്രാമംഗളം നേരുന്നിതാ.

പഠിച്ചു കൊൾക പാഠങ്ങൾ
കൂട്ടം തെറ്റിപ്പറക്കൊലാ

കൂട്ടം തെറ്റിപ്പറന്നാലോ
കാണാം പുതുകാഴ്ചകൾ.

വഴി നമ്മൾ തന്നെ
കണ്ടുപിടിച്ചീടണം
ചിലനേരം വഴി തന്നെ
നമ്മെത്തേടിയെത്തിടാം

കണ്ണെത്താ ദൂരത്തെല്ലാം
കയ്യെത്തിപ്പിടിച്ചിടാം
കൈയ്യെത്താ ദൂരമെല്ലാം
കാലെത്തിപ്പിടിച്ചിടും
കണ്ണും കാതുമെത്താത്തിടം
ചിറകിന്മേൽ പറന്നിടാം.

കൂട്ടുകൂടേണ്ട, പിന്നിൽ
നിന്നവർ നിന്നെ തള്ളിച്ചിടും
കൂടും കൂട്ടേണ്ട കാലത്തിൽ
അകലം ബലമായിടും.
വർണ്ണം പിത്തം വപുസ്സിന്മേൽ
ശരമാരി ചൊരിഞ്ഞിടാം
എന്നിരുന്നാലും കൂട്ടം
തേടിത്തേടിപ്പറന്നിടാം.

കാലമാം തേരിൽ നിത്യം
കറങ്ങീടുന്നു സർവ്വരും
അതിൽ നീയും പെടുന്നു-
ണ്ടനന്തകോടിക്കൊപ്പം

പഠിച്ച പാഠങ്ങൾക്കൊപ്പം
പുതുപാഠങ്ങൾ തേടുക
അനന്തതേ നിനക്കെന്നും
അരവിന്ദൻ തുണയായിടും

൦൦

നീയടുത്തില്ലാത്തപ്പോൾ

നീയടുത്തില്ലാത്തപ്പോൾ
ഞാൻ
കരയിൽ പിടിച്ചിട്ട
മീനിനെപ്പോലെയാണ്
ശ്വാസം കിട്ടാതെ....

ചിറകറ്റ തുമ്പിയേപ്പോലെയാണ്
അനങ്ങാനാവാതങ്ങനെ...

കമ്പി പൊട്ടിയ തംബുരു പോലെ
ശ്രുതിയിടാനാവാതെ.

തുളവീണ മൺകലം പോലെ
ചോർന്നു ചോർന്നങ്ങനെ.

തിരയൊടുങ്ങിയ കടൽ പോലെ
നിശ്ചലം...
വിട്ടുപോയൊരു വാക്ക്
അറ്റുപോയൊരു വേര്...

○○

ഓർത്തീടുക

നാളെസ്സൂര്യനുദിക്കുമ്പോൾ
നമ്മൾ തമ്മിലടുത്തിടാം
നമ്മൾ തമ്മിലടുക്കുമ്പോൾ
അകന്നീടുന്നു സർവ്വതും.

ദുഃഖം, ക്ഷീണം, ദൗർബല്യം
ഒക്കെയും ദൂരെ മാഞ്ഞിടും
സ്നേഹം സ്നേഹമെന്നുള്ള
സ്പന്ദനം മാത്രമായിടും.

ഹൃദയത്തെത്തൊടുമ്പോലെ
നമ്മളാത്മാവുമൊന്നുപോൽ
തോന്നുന്നിതെനിക്കെന്നും
നിനക്കുമപ്രകാരമോ സഖേ?

നിഴലെന്നു തോന്നിയാലൊട്ടു
വെളിച്ചം നൽകിക്കൊള്ളുക
ശല്യമെന്ന് തോന്നിയാലും
അകറ്റിനിർത്താതിരിക്കുക.

കൊടുക്കുന്തോറുമേറുന്ന
ശക്തിയല്ലോ സ്നേഹമെന്നത്
അതിനാലെപ്പോഴും സ്നേഹം
നൽകിക്കൊണ്ടിരിക്കുക.

കൊടുക്കാതെയിരുന്നാലോ
മൂർച്ചയില്ലാത്ത വാളുപോൽ
തുരുമ്പിച്ചുപയോഗമറ്റ്
ചിതലിന്നടിയിലാണ്ടുപോം.

ദാഹിച്ചുവലഞ്ഞെത്തുന്ന
സ്നേഹാർത്ഥികൾക്കൊക്കെയും

ആവും പോലെ വീതിച്ചീടൂ
മധുരാർദ്രമാം തീർത്ഥജലം.

വിശന്നു പൊരിഞ്ഞെത്തുന്ന
പലരും മുന്നിൽ നിന്നിടാം
മൃഗീയമാം സ്നേഹത്തെപ്പോൽ
അവർ വാവിട്ടുകരഞ്ഞിടാം.

കരുതുമ്പോലെ സർവ്വർക്കും
കൊടുക്കാനാവില്ല സ്നേഹവും
അതിനാൽ അമൃതം പോലെ
അധികമാകാതെ നോക്കുക.

സ്നേഹം തന്നെ നമുക്കെന്നും
ശാശ്വതശാന്തിയേകിടും
കാലാന്തരത്തിലോർത്തിടുമ്പോൾ
പരമാനന്ദമായിട്ടിതേ വരൂ.

ഏകലവ്യ

ആചാര്യാ
അങ്ങേയ്ക്കു മുന്നിൽ
പ്രകടനങ്ങളുമായി
അർജ്ജുനന്മാരും
ദുര്യോധനന്മാരും മത്സരിക്കുന്നത്
ഞാൻ കാണുന്നുണ്ട്.

മനസ്സ് മുറിച്ചു തന്ന്
ബലിയാവാൻ
ഈ ഞാൻ മാത്രം...
അതങ്ങനെയേ വരൂ.

ചരിത്രം ആവർത്തിക്കുമ്പോൾ
ഉണങ്ങാമുറിവുകളുമായി
പ്രണയക്കാടുകളിലഭയമില്ലാ-
തലയുന്നയിവളെ
കാണാതിരിക്കുക.
ഗുരുദക്ഷിണയ്ക്കായിനി
മുറിയുവാൻ
ഒന്നുമില്ലെന്നറിയുക...

സൂര്യകോന്തി

നാക്കിലയിൽ പൊതിഞ്ഞ്
ഞാനെന്റെ ഹൃദയം
നിന്റെ കാൽക്കൽ
വച്ചിട്ടും
കഴുകന്മാർക്കിട്ടു
കൊടുത്തിട്ട്
പൊയ്ക്കളഞ്ഞു
അല്ലെ?

ഇലയ്ക്കുള്ളിലേക്ക്
ഉറുമ്പരിക്കുന്നത്
കണ്ടില്ലെന്ന്
നടിച്ചു
അല്ലേ?

ചോര കട്ടപിടിച്ചിരുന്നിട്ടും
ഹൃദയമല്ലെന്ന്
പറഞ്ഞ്
തല തിരിച്ചു കളഞ്ഞു.

ഒഴിവാക്കാൻ
എന്നും
നൂറുകൂട്ടം കാരണങ്ങൾ.

അവിടത്തന്നെ
കിടക്കട്ടെ
നാക്കിലയ്ക്കുള്ളിലെ
പ്രണയഹൃദന്തം !
തെരുവുനായ്ക്കൾ
കടിച്ചുകീറി തിന്നട്ടെ.

നാളെ
നേരം പുലരുമ്പോൾ

ആ വിശുദ്ധമാം ഹൃദയം
ഉറുമ്പുകൾ തിന്നും
നായ്ക്കൾ കടിച്ചുകീറിയും
കിടക്കുന്നത് കാണുമ്പോൾ

സൂര്യാ
നീ വിചാരിക്കരുത്
ആ തിരുഹൃദയം
കാണാതിരുന്നെങ്കിലെന്ന്
അറിയാതിരുന്നെങ്കിലെന്ന് !...

നന്മമരം

മാംസം
മുറിഞ്ഞു മാറുന്ന നീറ്റൽ
നിങ്ങൾക്കറിയാൻ
കഴിയുന്നില്ലെന്നോ !

ചോര ചീറ്റിത്തെറിക്കുന്നത്
നിങ്ങൾ കാണുന്നില്ലേ?
മാറിനിൽക്കൂ

അന്നനാളത്തിന്റെയും
ശ്വാസനാളത്തിന്റെയും
ദ്വാരങ്ങൾ
തിരിച്ചറിയാനാവുന്നില്ലെന്നോ?

മൃദുലമായൊരാൾ
ചിരിക്കുന്നത്
നിങ്ങൾക്ക്
കേൾക്കാനാകുന്നോ ?
കാണാനാകുന്നോ ??

ഇല്ലെങ്കിൽ
മനസ്സിലാക്കുക :
ഇങ്ങനെയാണ്
ചിരിച്ചുകൊണ്ട് കഴുത്തറക്കുന്നത് !

ഠഠ

അടപ്പ്

ഇന്നലെ മുഴുവൻ
ഞാൻ അലയുകയായിരുന്നു

ഇരുമ്പു കടയിൽ,
പി.വി.സി. പൈപ്പ് വിൽക്കുന്നിടത്ത്,
വാട്ടർ ടാങ്കുകൾ
കൊടുക്കുന്നിടത്ത്,
സിമന്റ് റിങ് നിർമ്മിക്കുന്നിടത്ത്...

വെയിലുകൊണ്ട്
വിയർത്തു വിറച്ചു...

ഒടുവിൽ
ഒരാക്രിക്കടയിൽ നിന്നും
കിട്ടി...

ഓർമകളുടെ
കിണറിനൊരു മൂടി...

○○

പട്ടം

നമുക്ക് പട്ടം പറത്താം
നമ്മളാകുന്ന പട്ടം

ആകാശക്കാടിനും
നക്ഷത്രഭൂവിനുമിടയിൽ.

കാറ്റും കോളും കുറഞ്ഞ
നട്ടുച്ചയിൽ
കടൽക്കരയിൽച്ചെന്ന്
വർണ്ണങ്ങൾ വാരിപ്പൂശാം.

നീളൻ ചരടുകൾ കൂട്ടിക്കെട്ടി
മുഴയ്ക്കാതങ്ങനെ
ജീവിതമലയാം.

നീയങ്ങോട്ടും
ഞാനിങ്ങോട്ടും
പാറിനടന്നാലാവൂല
ഒന്നിച്ചങ്ങനെ ഒന്നായലയാം
ചരടുകൾ മുറുകും വരെയും
കാറ്റു നിലയ്ക്കും വരെയും.

OO

പ്രണയശേഖരം

എന്റെ പ്രണയശേഖരത്തിൽ
എന്തെല്ലാമുണ്ട്?

ആദ്യമായി
നീ തന്ന ഉമ്മ.
പിന്നെ നീയെന്നെ
വാത്സല്യത്തോടെ
വിളിച്ച പേര്.

ഹൃദയത്തിൽ
തറഞ്ഞു കയറിയ
നൊമ്പരങ്ങൾ.

അവഗണനയുടെ
നൂറ്റൊന്നു കല്ലുകൾ.

പിണക്കത്തിന്റെ
ആയിരം ചില്ലുകൾ.

കവിതയുടെ ചിറകുകൾ
മഴയും
മറ്റൊരു കുളിരും...

പിന്നെയുമുണ്ട്,
വാതിൽപ്പടിയിൽ
നീ നിന്നു നോക്കിയത്,
യാത്രപറയാതെ പിരിഞ്ഞത്,
നീയുറക്കെപ്പാടിയ
ഗാനത്തിന്റെ വരികൾ,
നെഞ്ചുവിരിച്ചു നിന്ന്
എന്നെ തള്ളിപ്പറഞ്ഞ നിമിഷങ്ങൾ,
കഴുത്തിൽ കുത്തിയ
ബ്ലേഡിന്റെ മൂർച്ച

ഒരു മുരിങ്ങയില
കല്യാണസൗഗന്ധികം
ചൂഢാമണി
ചമതക്കെട്ട്
കാട്ടരുവി
തോണി
മുദ്രമോതിരം
ബാന്ധവം

യാഗാശ്വങ്ങൾ
കാഞ്ചന ശൃംഗങ്ങൾ
കൊടിയ കള്ളങ്ങൾ
മറവികൾ...

തീത്തൈലങ്ങൾ
മുറിഞ്ഞരിഞ്ഞ
മൂക്കും മുലയും
ചതച്ചെറിഞ്ഞ
ഉടലുകൾ
വെടിയുണ്ടകൾ
കറുത്ത കുപ്പായങ്ങൾ
തൃശൂലങ്ങൾ

ഇനിയുമുണ്ട്
എണ്ണിയാലൊടുങ്ങാത്തത്ര
സ്ഥാവരങ്ങൾ
കരിമൂർഖന്മാർ...

പക്ഷേ ഇത്രയും തന്നെ മതിയല്ലോ
പ്രണയാഗ്നിയിൽ
ചാടി വീഴുവാൻ?
പൊള്ളുവാൻ??

○○

പരിശീലനം

ഹൃദയം മുറിയുമ്പോഴും
ചിരിക്കാൻ പഠിക്കണം
മനമുരുകുമ്പോൾ
മേഘപ്രഭയാകണം
വേദനിക്കുമ്പോൾ
വാനോളം പറക്കണം
കാത്തിരിക്കുന്നതിലർത്ഥമില്ലെങ്കിൽ
കണ്ണുനിറഞ്ഞിട്ടെന്തുകാര്യം?

പ്രിയപ്പെട്ടവർ
അവഗണിക്കുമ്പോൾ
ജീവൻ പറിഞ്ഞു പോയതായി
വിചാരിക്കാതിരിക്കാനറിയണം

സ്നേഹം കുത്തി നോവിച്ചാലും
കാരുണ്യം
കൈവിടാതെയിരിക്കണം.
വെളിച്ചം
കെട്ടുപോയതറിയിക്കാതെ
തെളിയണം

അതേ,
ഞാൻ പരിശീലനത്തിലാണ്.
സ്നേഹത്തിൽ നിന്ന്
മുക്തി നേടാനുള്ള
പാഴ്ശ്രമത്തിൽ...

ഓർമ്മകളുടെ ഫോസിൽ

വർഷങ്ങൾക്കു മുമ്പേ
കൊഴിഞ്ഞുവീണ ഒരില.
തളിരായിരുന്നു
താലോലിച്ചിരുന്നു.
പഴുക്കാറായെന്നും
കൊഴിയേണ്ടിവരുമെന്നും
അവൾ ഓർത്തില്ല.
ഓർമ്മയുടെ വൃക്ഷത്തിൽ
അള്ളിപ്പിടിച്ചവൾ വളർന്നു.

ശിശിരമേഘങ്ങൾ
കാറ്റിനെത്തൊട്ടപ്പോൾ,
കൊഞ്ചലോടെ
കിളിമൊട്ടു വിരിഞ്ഞപ്പോൾ
മരം കൊഴിച്ചിട്ട ഇല...

മണ്ണോട് ചേരാതെ
ഞരമ്പുകൾ ദ്രവിക്കാതെ
വേരുകൾക്കുള്ളിൽ
വളമായൊളിച്ചിരിപ്പുണ്ട്.

ബുദ്ധശിരസ്സിൽ
ഉദയങ്ങൾ
പലപ്പോഴുമുണ്ടായിട്ടു-
ണ്ടായിരിക്കാം.
പക്ഷേ, മസ്തകത്തിൽ
ഒരുത്തിയുടെ അസ്തമയ(ക്ക)ം
ഒരു വടുവായി കിടക്കട്ടെ.

എപ്പോഴെങ്കിലും,
വസന്തം വന്ന്
ഉന്മാദിക്കുമ്പോഴെങ്കിലും

ഓർമ്മകളിൽ,
ശിശിരത്തിൽ കൊഴിച്ചിട്ട
ഇലയുടെ ഫോസിൽ
ചരിത്രത്തിന്റെ വർണ്ണങ്ങൾ
വരയ്ക്കുമെങ്കിൽ
തിരിച്ചു വിളിക്കുക....

൦൦

മരക്കഴുത

അട്ടയെ പിടിച്ചു
മെത്തയിൽ കിടത്തി.

അറുത്ത കൈയിൽ
ഉപ്പു തേച്ചു.

പാൽ തരുന്ന കൈക്ക്
കടിച്ചു.

ഉണ്ട ചോറിന്
വിഷം കലർത്തി.

പഴഞ്ചൊല്ലിൽ
പതിരിട്ടു.

ചൊട്ടയിലില്ലാത്തതെല്ലാം
ചുടലയ്ക്കു പുറത്തിട്ടു.

കണ്ണുള്ളപ്പോൾ
വിലയറിഞ്ഞു.

മോങ്ങാനിരുന്നതിൻ മുമ്പേ
തേങ്ങാ വീണു.

കയ്യാലപ്പുറത്ത്
തേങ്ങ വച്ചില്ല.

തുള്ളിക്കൊരു കുടം
കടം പറഞ്ഞില്ല.

നക്ഷത്രങ്ങൾ ഉദിക്കും വരെ
കാത്തിരുന്നില്ല.

കുംഭത്തിൽ പെയ്തിട്ടും
കുപ്പയിൽ പോയി വീണില്ല.

മീനച്ചൂടെരിഞ്ഞെങ്കിലും
കുടചൂടി തണുത്തു.

കാണവും വിറ്റില്ല
ഓണവും ഉണ്ടില്ല.

പുരപ്പുറത്തുകയറി
തൂത്തുവാരിയില്ല.

എന്തുപറയാനാ
കമാന്നൊരക്ഷരവും
എന്റെ നാവിലൂറിയില്ല.

മനസ്സാ വാചാ
ഉവാച-
കഴുത-
പടുപാട്ടൊന്നു പാടാത്ത
മരക്കഴുത!

OO

പ്രണയമരം വെട്ടുമ്പോൾ

നിന്നെ
ഒരുപാടാളുകൾ
പ്രണയിക്കുന്നതിനാലും
നീയെന്നെ
പ്രണയിക്കാത്തതിനാലും
ഞാൻ നിന്നെ
പ്രണയിക്കുന്നതിനാലും
പറയുകയാണ് :

ഞാൻ
വെള്ളമൊഴിച്ച്
വളമിട്ട്
നട്ടുവളർത്തിയ
ഈ പ്രണയമരത്തിന്റെ
ശിഖരങ്ങൾ
ഒന്നൊന്നായി
ഞാൻ തന്നെ വെട്ടി മാറ്റുകയാണ്.

ഇടത്തേക്ക് ചരിഞ്ഞത്
എന്നെ ഒഴിവാക്കാനായി
നീ തിരക്കഭിനയിച്ച
കൊമ്പുകൾ.
കൊടുവാളിട്ടു തന്നെ
വെട്ടുന്നു...

വലത്തേക്കൊടിഞ്ഞത്
ഞാൻ ചുറ്റിയ സ്നേഹവള്ളികൾ
പടർന്നതു കൊണ്ട് തന്നെയാണ്.
അത് വലിച്ചു പറിച്ചു
കളയുകയേ നിവൃത്തിയുള്ളൂ.

കിഴക്കോട്ടാഞ്ഞത്
എന്റെ പരിഭവമുള്ളുകളാണ്.

ചീന്തിയെറിയാതെ
വേറെ വഴിയില്ല.

പടിഞ്ഞാട്ട് ചാഞ്ഞത്
നിന്റെ അനാസ്ഥയാണ്.
ഒന്ന് വലിച്ചാൽ
താനെ പൊട്ടിക്കൊള്ളും.

കടയ്ക്കൽ വച്ചു തന്നെ
വെട്ടണം.
കാണാൻ വയ്യാത്തതിനാൽ
കണ്ണടച്ചു വച്ച്
ഞാനെന്റെ പ്രണയമരം
മുറിച്ചു മാറ്റുന്നു.

ഇനി
തണൽ ചായാൻ
ഒറ്റയിലയും മുളയ്ക്കരുത്.

നീ തളിർത്തു കൊള്ളുക,
മറ്റേതോ ഹൃദയങ്ങളിൽ....
നീ വളർന്നു കൊള്ളുക,
നിന്നാകാശങ്ങളിൽ....

○○

ഞാനും പോവാണ്

സ്നേഹം കൊണ്ട് മുഷിഞ്ഞ
ഈ വേഷം ഊരി വെക്കാൻ.

എത്ര കഴുകിയാലും
വെളുക്കാത്ത,
വെളുത്താലും
നാറ്റം മാറാത്ത,
മണത്താലും
പിഞ്ചിക്കീറിയ,
ഏച്ചു കെട്ടിയാലും
മുഴച്ചുനിൽക്കുന്ന
ഈ കുപ്പായം
കീറിത്തന്നെ കളയണം.
കത്തിച്ചുതന്നെ കരിക്കണം.

പോവാണ് ഇരുൾ നിറഞ്ഞ
ഇടനാഴിയിലൂടെ
കണ്ണീരു വീണ്
നനഞ്ഞുകുതിർന്ന
ആർക്കും വേണ്ടാത്ത
ഈ കരിമ്പൻ വേഷം
വലിച്ചൂരിയെറിയാൻ
ലാക്കുനോക്കി
അലയുകയാണ്...

മന്ത്രങ്ങൾക്ക് പകരം മുഷിപ്പൻ
വാക്കുകൾകൊണ്ടുള്ള
ഈ അർച്ചനയും
അവസാനിപ്പിക്കുകയാണ്.

○○

പ്രണയപ്പെട്ടി

ഞാൻ ഒരു പെട്ടി
സ്നേഹം കുത്തിനിറച്ചൊരു
കൈപ്പെട്ടി.

നിന്നെക്കൂടാതില്ല-
തിലൊന്നും...
കല്ലും മുള്ളും
തേനും പൂവും
പൊന്നും പണവും
മിന്നും മണ്ണും.

തട്ടിക്കുടഞ്ഞാ-
ലൊന്നും കിട്ടൂല
തപ്പിയെടുത്താ-
ലപ്പടി സ്നേഹം

പെട്ടി തുറന്നാ-
ലെന്തുമണം
കൈതപ്പൂവിൻ
മഞ്ഞമണം!

കെട്ടിപ്പൂട്ടി
നീയെടുത്തോ
പൂട്ടിയ താക്കോൽ
നിന്നുള്ളിൽ
ഒന്നു തുറക്കാനെൻ
ചിരിയും
ഉള്ള് മയക്കും
പുതു വെട്ടം...

ഠഠ

കാലം

ഉള്ളിൽ നുരയിട്ടു
തിരയടിക്കുന്നെടോ
സ്നേഹക്കടലിന്റെ
വൻതിരമാലകൾ.

മനസ്സിൽ നിറയുന്നു
നല്ല കാലത്തിന്റെ
സപ്തവർണാഞ്ചിത
വാർമഴവില്ലുകൾ.

മുന്നിൽ തുടിക്കുന്നു
നിന്നധരം ചേർത്തു
ചുംബിച്ച നാളിലെ
മാധുര്യങ്ങൾ.

പിന്നിൽ കനക്കുന്നു
വിരഹത്തിൻ രാത്രികൾ.
സന്ധ്യയായി പ്രിയനേ
നമുക്കു പിരിയുവാൻ.

കാലമെത്തുമ്പോൾ
കടന്നുപോകേണ്ടവർ
കാലത്തിനൊത്തു
ചലിക്കുന്നവർ നമ്മൾ.

സ്നേഹത്തിൻ ശക്തിയിൽ
ഒന്നായി വളർന്നവർ
കാലത്തിൻ മുമ്പേ
നടക്കേണ്ടവരല്ലി നാം.

നമ്മൾക്കു നമ്മളായ്
തീർന്നിടാമെന്നെന്നും
കാലം കഴിഞ്ഞാലു-
മൊന്നായി നിന്നിടും

ഇത്തിരിപ്പോരും
നിമിഷങ്ങളെങ്കിലും
ജന്മങ്ങളായ് നാം
പകർന്നതല്ലേ?

ആവുമോ പോകുവാൻ?
നീയില്ലയെങ്കിൽ
മാമകലോകങ്ങൾ
പാഴ്നിലങ്ങൾ

നമുക്കൊന്നിച്ചിറങ്ങാം
വഴി വേറെയെങ്കിലും
ഒന്നിച്ചു പോകാ-
മിരുട്ടടയ്ക്കാൻ.

ഒന്നിച്ചിരുന്നിട്ട്, പിന്നെ
കിടന്നിട്ട്, രണ്ടായ് മൂന്നായ്
കീറിക്കളഞ്ഞിട്ട്
കടലിന്നടിയി-
ലോടിയൊളിച്ചിട്ട്
മണ്ണായി, മലരായി,
മുത്തായി,
മുങ്ങിയടയിരിക്കാം
കാലമാകുമ്പോൾ
തളിർക്കാം കിനാക്കൾ

വരൂ
നമുക്കൊന്നിച്ചിറങ്ങാം.
ഒന്നിച്ചിരിക്കാം.
ഒന്നിനി ചിരിക്കാം.

○○

ഞാനും നീയും തമ്മിൽ

ഇല്ല
ഞാനും നീയും
തമ്മിലിനിയൊന്നുമില്ല.

അല്ലാ
നിനക്കങ്ങനെയൊന്നു-
മുണ്ടായിരുന്നില്ലല്ലോ അല്ലേ?

ഇല്ലേ
എനിക്കായിരം പരിഭവങ്ങൾ?
പഴഞ്ചൻ
ചിരി ഭവങ്ങൾ

അല്ലെങ്കിലെന്തിന്
പിരിയണം നാം?
ഒന്നല്ലയി കൂവേ
നമ്മളിരുവരും.

ഇല്ലെങ്കിലെന്തിന്
കരയണം നാം?
കല്ലല്ലിരുമ്പല്ല
കാട്ടുകനലാണ് നാം...

നിലവിൽ
ഒന്നിന്നുമില്ല നില
ഉന്നതമായ
കുന്നിനും കുഴിക്കും...

എങ്കിലങ്ങനെയാട്ടെ
നമുക്കെത്തിടാമൊരിക്കലാ
ആഴിയിൽ....

○○

ഇരുട്ട്

മൂടിക്കെട്ടി നിന്ന
ഇരുട്ടായിരുന്നു
എല്ലാത്തിനും സാക്ഷി.

പലവുരു മനസ്സിൽ
പറഞ്ഞുവച്ചതായിരുന്നു.

അടുത്തെത്തുമ്പോൾ
ഒക്കെയും മറന്നുപോകുന്നു.

വെള്ളപൂശിയ പുഞ്ചിരികളിൽ
നീയും പെടുമെന്ന് കരുതുവാൻ
എനിക്കാവുമായിരുന്നില്ല.

മഴ തിമിർക്കുകയായിരുന്നു.
ചളിവെള്ളം
ഒഴുകിപ്പൊയ്ക്കൊണ്ടിരുന്നു.

നിന്റെ കാലൊച്ച
അകന്നുപോകുന്നതോർത്ത്
ഞാനും
മൂടിക്കെട്ടുകയാണ്...

OO

പാട്ടം

ഇക്കുറി പാട്ടത്തിന്
നിലമൊന്നും എടുത്തില്ല.

മഴയാരുന്നല്ലോ
മഹാമാരിയാരുന്നല്ലോ
കാലം കലിതുള്ളി
നിൽക്കയായിരുന്നല്ലോ
മെയ്യനങ്ങിപ്പണിയാൻ
ആവതില്ലായിരുന്നല്ലോ !

വരുംനാളുകളിൽ
പാട്ടത്തിന് എടുക്കാനൊന്നുമില്ല.
കൊടുക്കാനുണ്ട്,
എല്ലുരുകിയ ഒരു മെയ്യ്.
പല്ലു തേഞ്ഞ ഒരു മോന്ത.
ഒറ്റി ഒഴിഞ്ഞ ഒരു നിലം.
ഞെട്ടറ്റു പോയ ഒരു വസന്തം.

ലേലത്തറയിൽ
വെച്ചു മറന്ന ഒരു ഉരു.

ഇരുകൈ നീട്ടി
ചൂണ്ടുവിരൽ ചൂണ്ടി
കൈയ്യടിച്ച്
തൊഴുത്
പത്തു വിരൽ...

൦൦

പ്രണയപ്പട്ടി

ഒരു പട്ടിയെ പോലെ
പിന്നാലെ കിതച്ചിട്ടും
കാവൽ കിടന്നിട്ടും
നന്ദി ചൊരിഞ്ഞിട്ടും
യജമാനന് നിന്ദയാണ്.

കാൽപ്പെരുമാറ്റം കേട്ടാൽ
കുരച്ചുണർത്തും.
കള്ളനെക്കണ്ടാൽ
ഓടിച്ചിട്ടു കടിക്കും.

ആപത്തു വന്നാൽ,
അപകടം മണത്താൽ
അറിയിച്ചു കൊടുക്കും.
പേയിളകിയാൽപ്പോലും
നക്കാൻ നിൽക്കുകയില്ല
എന്നാലോ...
എല്ലാം സമർപ്പിച്ചാലും
പടിക്ക് പുറത്തിട്ട് പൂട്ടിക്കളയും!
തുടലിട്ട് കെട്ടിക്കളയും
അതിരുകൾക്കുള്ളിൽ
വരയിട്ട് നിർത്തിക്കളയും.

അപ്പക്കഷണങ്ങൾ
അര വയറിന്
എന്തിനു വെറുതെ
കാവൽ കിടക്കണം?

കിതച്ചു വിറച്ച് ഒരു എല്ലിൻ
കൂടിറങ്ങിപ്പോയിരിക്കുന്നു.
എന്നോ ആത്മാവ് പറിഞ്ഞു പോയ
ഒരു പ്രണയപ്പട്ടി....

ഠഠ

പോകണം

യവനിക വീഴുമ്പോൾ
നമ്മൾ നടന്മാർ
വേദിയൊഴിയണം.

ഇരുട്ട് തുടങ്ങുമ്പോൾ
കാഴ്ച മങ്ങുന്നു
ഉറങ്ങണം
പുലരുവോളം.

കണ്ണടയുമ്പോൾ
കിടക്കണം.
വെറും മണ്ണിൽ
വെന്തെരിയണം.

പൊലിയണം
കാലമെത്തുമ്പോൾ.

൦൦

യുദ്ധവും പരാജയവും

നിന്റെ സ്നേഹം
അത്
ഞാൻ പോരാടി നേടിയതാണ്...

നിന്റെ കാരുണ്യം
അതും ഞാൻ
തട്ടിപ്പറിച്ചെടുത്തതാണ്.

നിന്റെ വാക്കുകളൊക്കെ
കടംവാങ്ങിയെടുത്തതാ
ഞാൻ.

നിന്റെ ധൈര്യം
കണ്ടുപഠിക്കാൻ നോക്കി.

നിന്റെ പ്രണയം
കവർന്നെടുത്തു ഞാൻ.

നിന്റെ മനസ്സ്
തൊണ്ടിമുതലായി
എന്റെ ഹൃദയത്തിൽ
കിടക്കുന്നു.

നിന്നെ
ഞാൻ സ്വന്തമാക്കി
നീയറിയാതെ...
എങ്കിലും
ഒന്നിപ്പോൾ
തിരിച്ചറിയുന്നു
എല്ലാ യുദ്ധങ്ങളും
പരാജയമാണ്.

OO

ഇനി

ഇലയനങ്ങാതെ
നമ്മളിതുവഴി
പലവുരു
കടന്നുപോയ്.

ചക്രങ്ങളുരുളാതെ
ദ്രുതാവേഗങ്ങളിൽ
കെട്ടിയമർന്നും പിണഞ്ഞും
മുള്ളു കോർക്കാതെ
നമ്മളലിഞ്ഞമർന്നു
ചില നിമിഷങ്ങളിൽ.

കെട്ടിറങ്ങാതെ
വലിഞ്ഞും മുറുകിയും
ചോര ചീറ്റിയും
വർത്തുളങ്ങളിൽ
നമ്മൾ ശിലാശാസനങ്ങൾ...

വൽക്കലവും
മരവുരിയുമുരിഞ്ഞ്
കാന്താ ഇലയനങ്ങാതെ
വീണ്ടുമാവഴികളിൽ
ചെന്നലയാതിരിക്കാമിനി.

മുന്നിലുറങ്ങുന്നു
സുദർശനം.
പിന്നിലിഴയുന്നു
നാഗാസ്ത്രങ്ങൾ
ചക്രവ്യൂഹങ്ങൾ.
ബാഹുകനാവുക,
പിന്നെ,
അക്ഷഹൃദയപ്പൊരുൾ
നേടുക കാന്താ.

നമുക്കിനി
കാന്താരതീരമണയാ-
മനങ്ങാതെ
ഗഹ്വരാന്തർഗതരായ്
ചിതലരിക്കാം
മഹാ-കാവ്യങ്ങളാകാം.
കാന്താ,
ഇലയനങ്ങാതെ...

○○

വീണപൂവ്

കണ്ണേ
മടങ്ങണോ?

കരഞ്ഞുമലഞ്ഞുമാശു
പെണ്ണാകുമീക്കുരിശ്
മണ്ണിലടിഞ്ഞു പോണോ...?

എന്നാലസാധ്യമതെങ്കിലും
മറ്റുള്ളവർക്ക്
ഗതി കിട്ടുമെങ്കിൽ

കണ്ണീർ കുടിച്ചുമവനിയിതിൽ
കഴിച്ചു കൂട്ടാം.

○○

പറയല്ല്

വെട്ടാൻ പോകുന്ന
പോത്തിനോട് ....

ചാടാൻ നിൽക്കുന്ന
കുതിരയോട്...

ചാരി നിൽക്കുന്ന
നിഴലിനോട്...

ഓടിപ്പോകുന്ന
വണ്ടിയോട്...

ചാരെയിരിക്കുന്ന
കാക്കയോട്...

കൂടെ ചിരിക്കുന്ന
കുഞ്ഞിനോട്...

പ്രണയിക്കുന്ന
പെണ്ണിനോട്

നഃ ബ്രൂയാത് സത്യമപ്രിയം
എന്നൊന്നും
പറഞ്ഞേക്കല്ല്...

00

ഉത്സവം

അമ്പലപ്പറമ്പിലിന്നു-
ത്സവമാണല്ലോ
ആനയെഴുന്നള്ളി വന്നിടുമേ

കുടതഴകളും വെഞ്ചാമരങ്ങളും
പഞ്ചവാദ്യങ്ങളും കണ്ടിടാമേ.

കൂട്ടുകാരൊക്കെ നിരന്നീടും
ചെപ്പും പന്തും കണ്ടീടും.

താലപ്പൊലികളും ഘോഷയാത്രയും
ഉത്സവമേളം പൊലിപ്പിക്കും

വർണ്ണങ്ങൾ കൊണ്ടുള്ളുത്സവമാണേ
വെടി പടക്കങ്ങൾ പൊട്ടീടുമേ

ദൈവങ്ങളേപ്പോലെ
നമ്മളുമിന്ന്
ആനന്ദത്തോടെയിരുന്നീടും

ഗംഗ്ചി കോ(വി)ഡ്

ഇന്ന് ഞാൻ വരയ്ക്കും
കൊടുങ്കാറ്റിൽ നിന്നും
സൂര്യകാന്തിപ്പൂക്കൾ
അതിജീവിക്കുന്ന
മഞ്ഞനിറത്തിന്റെ
മറ്റൊരു കൊളാഷ്...

പറന്ന് കയറിയ തലമുടിയും
പറന്നുപോയ കുടയുടെ
പിടിയുമായി
നിന്നെ
അതിന്റെ പശ്ചാത്തലത്തിൽ
അവ്യക്തമായി
വരച്ചു ചേർക്കും
ഒരു ഗംഗ്ചി കോഡു പോലെ.

നിന്റെ കണ്ണുകൾ
തീക്ഷ്ണങ്ങൾ ആയിരിക്കും,
സൂര്യകാന്തിയുടെ
ഇതളുകൾ പോലെ.

നിന്റെ കാൽനഖം
പ്രത്യേകം വരഞ്ഞിരിക്കും
എനിക്കതിൽ ചുംബിക്കണം.

നിന്റെ മാറിൽ
എന്റെ
ശ്വാസത്തിന്റെ ഗന്ധത്തെ
വരയാൻ പറ്റാത്തതുകൊണ്ട്
ഒരു റോസാദളം
ഒളിപ്പിച്ചു വയ്ക്കും.

കൈകളിൽ
എന്റെ സ്നേഹം
പിടിച്ചു നിൽക്കുന്ന
നിന്റെ മറ്റൊരു രൂപം
കൊടുങ്കാറ്റിനുള്ളിൽ
മറഞ്ഞു നിൽക്കുന്നതും
ക്യാൻവാസിനുള്ളിലെ
ഉത്തമ ദൃശ്യമായിരിക്കും.

അപ്പുറത്തായി
നിന്റെ ശയ്യയിൽ
നാം
സൂര്യകാന്തിപ്പൂവ് വച്ച്
നഗ്നത മറച്ച്
പരസ്പരം നോക്കി
മയങ്ങി
പുഞ്ചിരിക്കുന്ന
പെൻസിൽ ചിത്രം
കോറിയിട്ടിരിക്കും.

പിന്നെ
ചാർക്കോൾ കൊണ്ട്
എല്ലാം ഇരുട്ടാക്കുന്ന
മറ്റൊന്നുകൂടി വരച്ച്
എന്റെ
കലാലോകത്തെ
ഒരു പ്രദർശനശാലയാക്കി
പുരസ്കൃതയാകും...

ആർക്കാ
അതിൽ ചേതം ? ?

ഗന്ധധാര

ശ്വസിച്ച് നോക്കൂ
ചെമ്പകത്തിന്റെയോ
പാരിജാതത്തിന്റെയോ
പവിഴമല്ലിയുടേയോ
ഇലഞ്ഞിപ്പൂവിന്റെയോ
കവിത മണക്കുന്നില്ലേ?

പല പല ജന്മങ്ങളിലായി
നമ്മൾ പകുത്തെടുത്ത
എല്ലാ ഗന്ധങ്ങളും ചേർന്ന
ഒരുന്മാദത്തിന്റെ മണം?
ഇല്ലെ?
അതിതീവ്രമായ
ഒരു ഗന്ധധാര?

കൂരിരുട്ടിലും
വഴി കാണിച്ചു തരുന്ന
ഒരു മണം?
ഇന്നലെകളില്ലാത്ത
സ്വപ്നങ്ങളുടെ
മണം?

○○

മിഥ്യകൾ

മിഥ്യാവിചാരങ്ങൾ
കൊണ്ടു ഞാൻ
വെറുതെ
കുറെ മഴവില്ലുകൾ
വരച്ചു വച്ചു.

മരീചികയായത്
മാഞ്ഞു പോയി.

അതല്ലേ
എല്ലാം കണ്ടിട്ടും
കാണാത്ത പോലെ
നീ മിണ്ടാതെ-
ഒഴിഞ്ഞകന്നത്?

എങ്കിലും
എനിക്കിനിയും
പ്രതീക്ഷകളും
സ്വപ്നങ്ങളും
കൈവിടാനൊട്ടും
താൽപര്യമില്ലാത്തതുകൊണ്ട്
വീണ്ടും വീണ്ടും
ഗോവർദ്ധനനിരകളിലേക്ക്
കല്ലുരുട്ടിക്കയറ്റി
ത്താഴത്തേയ്ക്കിട്ട്
കൈകൊട്ടിയാർത്തു
കൊണ്ടിരിക്കും.

എന്നെങ്കിലുമൊരു
ബോധിവൃക്ഷം തളിർക്കും
അതിന്റെ ഇലകൾ
നിന്നോട് പറയും
എന്റെ

സ്നേഹപ്പച്ചയെപ്പറ്റി.

അപ്പോഴും
നീ ചിരിക്കാത്ത പക്ഷം
ശാഖകൾ കുടഞ്ഞെറിഞ്ഞ്
അഗാധഗർത്തത്തിലേക്ക്
സ്വയം
അന്തർധാനം ചെയ്ത്
അശരീരിയാകും.

ഠഠ

ഉത്സവപ്പറമ്പ്

ജീവിതം ഒരുത്സവപ്പറമ്പാണ്.
വിസ്മയക്കാഴ്ചകളും
വർണ്ണമേഘങ്ങളും
നിറഞ്ഞ ഭൂമിക.

ആഹ്ലാദങ്ങളുടെ
ഉന്മാദനാടകം.
അനുഭവങ്ങളുടെ
കെട്ടുകാഴ്ചകൾ.
ആരവങ്ങളുടെ
മധുരരസം...

വേട്ടയും വേലകളിയും
ആറാട്ടും ആർപ്പുവിളിയും ...

കൊടിയേറിയാലിറങ്ങണം.

ഓളങ്ങളൊഴിയുമ്പോൾ
അവശേഷിക്കുന്നത്
ചവിട്ടിയൊതുക്കിയ
മണ്ണും മുള്ളുകളും മാത്രം.

ആരെല്ലാമോ കടന്നുപോയി,
ഇരുളിൽ തിരിച്ചറിയാതെ.
പ്രകാശരേണുക്കളിൽ
ചിലർ തങ്ങിനിന്നു.

എങ്കിലും കാലമിനിയുമുരുളും
ഉത്സവങ്ങൾ കടന്നുവരും
വർണ്ണവിസ്മയങ്ങളും....

○○

എങ്കിൽ

നീയൊരു മഴയായി
എന്നിൽ പെയ്തെങ്കിൽ
ഞാനൊരു
മരമായി വളർന്നേനെ.

പൂക്കളും കായ്കളും
വിടർന്നേനെ.
വേരുകളേറെപ്പടർന്നേനെ
ഞാൻ മാനം മുട്ടെ ഉയർന്നേനെ
നിൻ വാർമഴവില്ലിൽ തൊട്ടേനെ.

മഴയായ് പെയ്യാതിരുന്നാലോ
ഞാനൊരു
പുൽക്കൊടിയായ്
നിൻ കാലിന്നടിയിൽ
ചതഞ്ഞൊടിയും
വെട്ടം കാണാതൊട്ടലയും
കഷ്ടം! വാടിക്കരിഞ്ഞേ പോം

വാടണമെന്നോ
വളരണമെന്നോ
കൽപ്പിക്കുന്നൂ നീ?

കരിയണമെന്നോ
വിരിയണമെന്നോ
പറഞ്ഞിടുന്നൂ നീ?

പിളരണമെന്നോ
പടരണമെന്നോ
അനുഗ്രഹിച്ചൂ നീ?

ധ്യാനം

കൺ തുറന്നിരിക്കുകയാണെങ്കിലും
ഉൾക്കണ്ണിൽ
നിന്റെ രൂപത്തെ
ധ്യാനിക്കുകയാണ് ഞാൻ.

ഇരിക്കുകയല്ല
നടക്കുകയാണെങ്കിലും
കിടക്കുകയാണെങ്കിലും
നിൽക്കുകയാണെങ്കിലും
നിന്നെത്തന്നെ
അനുധ്യാനം ചെയ്യുകയാണ് ഞാൻ.

ഇരിക്കുമ്പോൾ
എന്റെ കൈകുമ്പിളിൽ
നീയൊതുങ്ങിയിരിക്കും.

നിനക്കായി
അക്ഷരങ്ങളെ
ധ്യാനിച്ചുണർത്തി
നിരത്തി വെയ്ക്കും.

എന്റെ മനസ്സും
ഹൃദയവും നിറയും വരെ
നിന്നെയവയിൽ
കാണും ഞാൻ.

സ്നേഹവും ഇഷ്ടവും
പ്രേമവും കാമവും
എല്ലാം നിന്നെ ധ്യാനിച്ച്
ഞാൻ സമർപ്പിക്കും.

ഒരായുസ്സു കൊണ്ട്
നേടേണ്ട ദിവ്യശക്തികൾ.

നിന്നനുധ്യാനത്തിലൂടെ
ഞാൻ പരമാത്മാവായി...

സ്നേഹമേ
ഈ
സ്നേഹസമാധിയിൽ
എന്നെ
സംസ്കരിക്കേണമേ...

൦൦

പൊള്ള

തുറന്നപ്പോൾ
പെട്ടി ശൂന്യമായിരിക്കുന്നു.

ആരാണ്
വിശ്വാസത്തിന്റെ
പൂക്കളെടുത്തെറിഞ്ഞു
കളഞ്ഞത്?
ദീപമായിരുന്നു.

അന്ധമായിരുന്നതിനാൽ
അതൊന്നും കണ്ടില്ല.

പെട്ടിയിലുണ്ടായിരുന്നല്ലോ
കുറെയേറെ പ്രമാണങ്ങൾ?
ഒക്കെയുമാര് കളഞ്ഞു?

ഉള്ളുപൊള്ളയായ
ഈ പള്ള
കൊണ്ടിനിയെന്ത്?
എന്ത്?

○○

കരിക്കട്ട

ഞാൻ നിനക്കൊരു
കരിക്കട്ടയായിരിക്കാം
പക്ഷേ നീ ....

നീയെന്റെ രത്നമാണ്.
എന്റെ ജീവിതത്തിലെ
ഓരോ നിമിഷവും
തിളക്കമാർന്നതാക്കുന്ന
വജ്രമാണ് നീ.

നീയെന്റെ ആകാശം,
പകൽ വെളിച്ചത്തിൽപ്പോലും
ജ്വലിച്ചു നിൽക്കുന്ന
നക്ഷത്രഖചിതമായ
ആകാശം.

നീ എന്റെ ലോകം
പ്രകാശവും നിറങ്ങളും
നിറഞ്ഞ ലോകം.
എന്റെ ജീവനെ
പ്രസന്നമാക്കുന്ന നാളം.

നീ എന്റെ കടൽ
ഭാവനയുടെ ഇന്ദ്രജാലം കാട്ടുന്ന
ചക്രവാളങ്ങളില്ലാത്ത
അജ്ഞേയമായ കടൽ

നീയെന്റെ വനമാണ്.
എന്റെ കാഴ്ചകളുടെ
പച്ചത്തുരുത്ത്.
എപ്പോഴും മനസിനെ
ശാന്തമാക്കുന്നത്.

നീയെന്റെ സൂര്യൻ
എന്റെ
ഹൃദയത്തിലുദിക്കുന്ന സൂര്യൻ.

നീയെന്റെ വാക്ക്
എല്ലായിടത്തും
എനിക്കുയിർ തരുന്നവൻ.

നീയൊരു
ഖനിയാണ്
അനർഘമായ
രത്നങ്ങളുടെയും
മൂല്യങ്ങളുടേയും
അക്ഷയഖനി.
അക്ഷരഖനി.

00

ഇതാണ് സ്നേഹം

ഒന്നാമതായും
രണ്ടാമതായും
മൂന്നാമതായും
സ്നേഹം
സ്നേഹം മാത്രം.

ആദ്യത്തേതായും
അവസാനത്തേതായും
സ്നേഹം
സ്നേഹം മാത്രം.

ഇടത്തും വലത്തും
മുൻപിലും പിമ്പിലും
മുകളിലും താഴെയും
സ്നേഹം
സ്നേഹം മാത്രം.

കിഴക്കും പടിഞ്ഞാറും
തെക്കും വടക്കും
സ്നേഹമേയുള്ളൂ
സ്നേഹം.

ഒളിച്ചുകളി

എനിക്ക്
തൊണ്ടയ്ക്ക് നല്ല വേദനയുണ്ട് .
ആരോടും
മിണ്ടാൻ വയ്യ.

കണ്ണിന്
ചെറിയ കടിയുമുണ്ട്.
ആരേയും
കാണാനും വയ്യ.

കാത് അടഞ്ഞിരിക്കുന്നു.
മരവിച്ചിരിക്കുന്നതിനാൽ
തൊട്ടാലറിയാനും മേല.
മണവും മധുരവും
എനിക്കെന്നും അന്യമാണല്ലോ!

അതിനാലിനിയെന്നും
ഇന്ദ്രിയങ്ങളറിയാതെ
ഒളിച്ചു കളിക്കാം
നമുക്ക്
കള്ളനും പോലീസും
കളിക്കാം.

ഠഠ

പൂമ്പാറ്റകളിലെ ഉണ്ണി

നിറങ്ങളിൽ നിന്നും
നിറങ്ങൾ പകർന്ന്
പൂക്കളിൽ നിന്നും
തേൻ നുകർന്ന്
അവൻ
എന്റെ ചുറ്റും
നൃത്തം വെയ്ക്കുന്നു.

ആത്മാവിന്റെ ഗന്ധം
അവനെന്നിൽ പടർത്തുന്നു.

ചിറകു വിരിക്കുമ്പോൾ
ചിരിയുണർത്തുന്നു.

അവന്റെ
ചൂളംവിളിപ്പാട്ടുകൾ
ഒരു വിളിപ്പാടകലെ
പ്രതിധ്വനിക്കുന്നു.

അവന്റെ
സിത്താർ തന്ത്രികൾ
കാറ്റനക്കത്തിൽപ്പോലും
ഗീതകങ്ങൾ പൊഴിക്കുന്നു.

പെയ്തുപോയ മഴകളിൽ
അവൻ കുളിർ കോരുന്നത്
ഇന്നലത്തെ പോലെ
മിഴിയിണയിലലിയുന്നു.

യാത്രകളിലെന്നും
അവന്റെ
തോളിലായിരുന്നു സഞ്ചാരം.

നിറവേറ്റപ്പെടാത്ത
അനേകസ്വപ്നങ്ങൾ
ബാക്കിയാക്കി
മറ്റൊരമ്മത്തണലിൽ
അവനിരിപ്പുണ്ട്

ചക്രപ്പൂട്ടുകൾ തുറന്ന്
ചിത്രനഗരത്തിൽ നിന്ന്
ഉണ്ണീ,
ഈ അമ്മയുടെ താരാട്ടിലേക്ക്
വീണുറങ്ങുവതെന്നിനി?

കാത്തിരുപ്പാണ്
ജന്മാവസാനം വരെ...

○○

*സേതുലക്ഷ്മിയുടെ മകന്റെ ഓർമ്മയ്ക്ക്

പിന്നെയും

പിന്നെയും
നീ തന്നെ

അതിനുശേഷവും
നീ തന്നെ

അതിന് അപ്പുറവും
നീ തന്നെ

വാക്കുകൾക്കപ്പുറം
നീ

കാലത്തിനപ്പുറം
പ്രളയത്തിന് ശേഷവും
എന്റെ മരണത്തിന് ശേഷവും
നീ തന്നെ

നീ തന്നെ ശരണം
എനിക്ക്
നീ തന്നെ തരണം
ശരണം.

ഠഠ

അന്ധ

നിന്നോടെനിക്കുള്ള
സ്നേഹത്താൽ
നിത്യാന്ധ ഞാൻ
മറ്റൊന്നും കാണ്മീലല്ലോ
കേൾക്കയുമില്ലയൊന്നും!

൦൦

വാസ്തവം

കണ്ണ് തുറന്ന്
നോക്കിയാൽക്കാണാം
പകുതി.

മനസ്സുകൊണ്ട്
നോക്കിയാൽ
ബാക്കി കാണാം

൦൦

കാരണം

ജീവിക്കാൻ
ഒരു കാരണവും കാണുന്നില്ല.
എന്നിട്ടും
ഞാൻ മരിക്കുന്നില്ല.

സ്നേഹിക്കാൻ
ഒരു കാരണവും കാണുന്നില്ല
എന്നിട്ടും
ഞാൻ വെറുക്കുന്നില്ല.

ചിരിക്കാൻ
ഒരു കാരണവും
ഞാൻ കാണുന്നില്ല
എന്നിട്ടും
ഞാൻ കരയുന്നില്ല.

ഒന്നു കാണാൻ
ഒരു കാരണവും
ഞാൻ കാണുന്നില്ല
എന്നിട്ടും
ഞാൻ കണ്ണടയ്ക്കുന്നില്ല.

പോകുവാൻ
ഒരിടവും എനിക്കില്ല
എന്നിട്ടും
ഞാൻ നിശ്ചലമാകുന്നില്ല.

ആരുമില്ലെനിക്ക്
എങ്കിലും
ആരെങ്കിലുമുണ്ടാവും.

○○

കൊടുക്കാം

മറവിക്ക്
കൊടുക്കാമൊക്കെയും
ഓർക്കാതിരിക്കാൻ ശ്രമിക്കാം

കണ്ടുമുട്ടുമ്പോഴകലത്തിരിക്കാം
അടുക്കാതിരിക്കാൻ ശ്രമിക്കാം

കാണാതിരിക്കാൻ ശ്രമിക്കാം
കണ്ടാലൊട്ടറിഞ്ഞതായ്
ഭാവിക്കാതെയിരിക്കാം

വെറും കാഴ്ചക്കാർ
മാത്രമായ് മാറാം
തീർത്തും
അപരിചിതരായ്ത്തീരാം

എല്ലാം മറക്കാം
മറക്കാം നമുക്കെല്ലാം
ത്യജിക്കാം.

○○

മൗനം

നിന്റെ
മൗനം
എനിക്ക്
സമ്മതം

നിന്റെ
നിശബ്ദത
എനിക്ക് ശബ്ദസൗഭഗം

നിന്റെ
നിഷേധം
എനിക്ക് അനിഷേധ്യം

നിന്റെ കോപം
എനിക്ക് വളം

നിന്റെ താപം
എനിക്ക് പാപം

നിന്റെ സ്നേഹം
എനിക്ക് ജീവൻ

നിന്റെ നന്മ
എനിക്ക് സ്വന്തം

നിന്റെ സ്വന്തം
ഞാൻ !

൦൦

സ്മാരകങ്ങൾ

ഹൃദയാന്തരങ്ങളിൽ നിന്നും
ചോര ചീറ്റിത്തെറിപ്പിക്കുവാൻ
സ്മാരകങ്ങളിനി വേണ്ട.

അതുകണ്ട് കരയിൽ പിടിച്ചിട്ട
മീനിനെ പോലെ പിടയാൻ
ആരെക്കൊണ്ട് പറ്റും?

വാവിട്ടിറങ്ങിപ്പോയ
വാക്കുപോലെ
നീയകലങ്ങളിൽ
അലയടിക്കുന്നു.

നഷ്ടങ്ങളുടെ കയങ്ങളിലേക്ക്
സ്വയമിറങ്ങുമ്പോഴും
നീയകലേയ്ക്ക്
മറയുകയായിരുന്നു.
ഉൾക്കനങ്ങളിലേക്ക്
അലിവില്ലാതെ
അലിയുവാനാണ് വിധി!

ഓർമ്മകൾക്ക് വേണ്ടി
സ്മാരകങ്ങളിനി വേണ്ട
നിലാവിന്റെ കച്ചയിൽ നിന്ന്
ഒരു കഷണം കീറിയെടുത്ത്
കുടുക്കിട്ടു.
ഒന്ന്, രണ്ട്, മൂന്ന്...

○○

ഹൃദയം കൊണ്ട്

ഹൃദയംകൊണ്ട്
മഴയെ വരയ്ക്കാം
മഴ കൊണ്ട്
എന്നെയും.

ഹൃദയംകൊണ്ട്
നിന്നെത്തൊടാം
സ്നേഹം തന്നാൽ
എന്നെയും.

ഹൃദയംകൊണ്ട്
നിന്നെ ധ്യാനിക്കാം
പ്രണയം തന്ന്
എന്നെയും.

ഹൃദയംകൊണ്ട്
നിന്നെ വായിക്കാം
ഈ വാക്കുകളിലൂടെ
എന്നെയും.

ഹൃദയംകൊണ്ട്
നിന്നെ എഴുതാം
മനസ്സുവെച്ചാൽ
എന്നെയും.

○○

പൊട്ടക്കിണർ

എന്റെ കണ്ണിനെ
ചൂഴ്ന്നെടുത്തു കൊണ്ടാരോ
കടന്നുകളഞ്ഞു.

കാഴ്ച നഷ്ടപ്പെട്ട്
ഞാൻ
പൊട്ടക്കിണറ്റിൽ വീണു.

അവിടെ കിടന്നപ്പോൾ
ശ്വാസവും മുട്ടി
ദേഹവും മുറിഞ്ഞു.

വേദനകൊണ്ടു പിടഞ്ഞു.
വിശപ്പും ദാഹവും
കൂടിക്കൂടിവന്നു.
അപ്പോഴൊരു പൊത്തിൽ നിന്നും
കരിമൂർഖൻ തലപൊക്കി.

ചെകുത്താനും കടലിനും മധ്യേ
ഒരു കച്ചിത്തുരുമ്പ് പോലും
കിട്ടിയില്ല.
അപ്പോൾ ഞാൻ
ഇല്ലാത്ത കണ്ണ് മുറുക്കിയടച്ച്
കരിമൂർഖന്റെ പൊത്തിലേക്ക്
നെഞ്ചമർത്തി കിണർ വട്ടത്തിൽ
ചാരിനിന്നു.

○○

ഹൃദയം പരിശുദ്ധമാകുമ്പോൾ

ആത്മാവിൽ
പൂക്കൾ വിരിയും
ചെമ്പകത്തിന്റെ
മണമായിരിക്കും
പിച്ചകത്തിന്റെ
നിറമായിരിക്കും.

ചുണ്ടിൽ
സ്നേഹാഗ്നി തെളിയും
കണ്ണിൽ
കനവുകൾ വിടരും
നെഞ്ചിലൊരാകാശവും.

ഹൃദയം
പരിശുദ്ധമാകുമ്പോൾ
ആത്മാവിലൊരാൾ
കുടിയിരിക്കും.
അയാൾ
സത്യത്തിന്റെ
കാവലാളിയിരിക്കും.

OO

വിരൽ

നിന്നെ തൊട്ടറിയുവാൻ
ചൂണ്ടിക്കാട്ടുവാൻ
മാടി വിളിക്കുവാൻ.

നിന്നെത്തഴുകാൻ
തൊട്ടുഴിയാൻ
പ്രിയം തന്നുറക്കാൻ.

തൊട്ടുണർത്താൻ
നുള്ളി നോവിക്കാൻ
കോർത്തുപിടിക്കാൻ.

നിന്നെപ്പറ്റിയെഴുതുവാൻ
നിന്റെ ചിത്രം വരയ്ക്കാൻ
നിന്നിലൂടെയെന്നെയറിയാൻ.

പാടില്ലയെന്നു കാണിക്കാൻ
യാത്രപറയാൻ
കണ്ണീർ തുടയ്ക്കാൻ.

വിരൽത്തുമ്പിനാൽ
നിന്നെത്തിരഞ്ഞു
വലഞ്ഞു ഞാനോമനേ..

കതക്

തുറന്നിരിക്കുമ്പോൾ
അകത്തേക്ക്
കയറുമ്പോലെ
പുറത്തേക്കുമിറങ്ങാം.

അടച്ചിരിക്കുമ്പോൾ
അകത്തേക്കെന്നപോലെ
പുറത്തേക്കും
ഇറക്കമില്ല
എന്നാണെങ്കിൽ
തെറ്റി!

വിടവുകളിലൂടെ
പഴുതുകളിലൂടെ
നമ്മളിരുവശത്തേക്കും
സഞ്ചരിച്ചില്ലേ?

കാറ്റിനൊപ്പം
കടന്നുകയറിയില്ലേ?
ജലത്തിനൊപ്പം
തണുത്തുറഞ്ഞില്ലേ ?
തീയ്ക്കൊപ്പം
കത്തിജ്വലിച്ചില്ലേ?
മണ്ണിൽ ശയിച്ചില്ലേ ?
ആകാശത്തിലൊളിച്ചില്ലേ?

ഇല്ലേ? നമ്മൾ
സ്വയം വാതിലുകളായി
നിന്നില്ലേ?
വിശാലമാക്കിയില്ലേ
ലോകത്തെ?

○○

എവിടെ

മഴയും
ഇരുട്ടും
വന്ന് മൂടിയപ്പോൾ
എന്റെ
കവിതയും കൊണ്ട്
എവിടെപ്പോയി ?

സ്വപ്നങ്ങളുമായി
ഞാൻ
കാത്തിരുന്നപ്പോൾ
എവിടേക്കാ
ഇറങ്ങിപ്പോയത് ?

നോക്കൂ
മിന്നാമിനുങ്ങുകൾ
പറക്കുന്നത്
കണ്ടില്ലേ ?
നിന്റെ
കണ്ണുകൾ പോലെയുണ്ട്.

മുല്ലപ്പൂക്കൾ
വിരിയുന്നത് നോക്കൂ
നിന്റെ ചിരിപോലെ.

ദേ
നല്ല കാറ്റടിക്കുന്നുണ്ട്
നിന്റെ ആലിംഗനം പോലെ.

മഴ
ചാഞ്ഞു പെയ്യുന്നു
നിന്റെ സ്നേഹം പോലെ.

എനിക്ക്
വിട്ടു തരൂ
എന്റെ വാക്കുകളെ,
കവിതയെ,
പ്രണയത്തെ,
നിന്നെയും...

കല്പാന്തം

നീ
വിശ്വാമിത്രനെങ്കിൽ
ഞാൻ...?

നീ ശിവനാണെങ്കിൽ
ഞാൻ..

നീ
കൃഷ്ണനാണങ്കിൽ
ഞാൻ....

നീ
സത്യവാനാണെങ്കിൽ
ഞാൻ...

നീ
നളനാണെങ്കിൽ
ഞാൻ ....

നീ
രാമനാവണ്ട
എനിക്ക്
സീതയുമാവണ്ട.

നീ
ദുഷ്യന്തനുമാകണ്ട
എന്നെ മറന്നാൽ
ഞാൻ ചത്തുപോകും.

ദുർവാസാവും ആവണ്ട
എന്നെ ശപിച്ചാൽ
ഞാൻ ഭസ്മമാകും.

നീ സൂര്യനും
ഞാൻ ഭൂമിയുമായി
കല്പാന്തം വരെ
നമുക്കിങ്ങനെ
ജീവിക്കാം.

൦൦

അറിവ്

നിന്നോടുള്ള
പ്രണയത്തിൽ
ഞാനൊരു ഇടപ്പള്ളിയാണ് .
മണിനാദമെഴുതി
മുഴുമിക്കാത്ത കാമുകി,
എന്നും ജീവിതത്തെ
കയറിൽ കുരുക്കുന്നവൾ.

നിന്നോടുള്ള
പ്രണയത്തിൽ
ഞാനൊരു പ്രളയപ്പുഴയാണ്
എന്നെത്തന്നെ
കടപുഴക്കിയിട്ടൊഴുകുന്നവൾ.

നിന്നെ പ്രണയിക്കുമ്പോൾ
ഞാനൊരു
വീരയോദ്ധാവാണ്.
പോരാടിപ്പോരാടി
മുന്നേറുന്നവൾ
പോരടിച്ചെല്ലാം
നശിപ്പിച്ചവൾ.

നിന്നെ പ്രണയിച്ചപ്പോൾ
ഞാൻ എന്നെ മറന്നിരുന്നു.

നിന്നെ
പ്രണയിച്ചപ്പോഴൊന്നും
നീ എന്നെ
പ്രണയിച്ചില്ലെന്നതായിരുന്നു
എന്റെ അവസാനത്തെ
അറിവ് !

OO

ഞാൻ മരിച്ചാൽ

ഞാൻ മരിച്ചാൽ
നിങ്ങളെല്ലാവരും
നിങ്ങളുടെ
ഒരു പൊതുശത്രു
പോയെന്നോർത്ത്
സന്തോഷിക്കണം.

നിങ്ങളുടെ
വഴികളിൽ തടസ്സമായ്
നിന്ന
ദുശ്ശകുനമകന്നെന്ന്
സമാധാനിക്കണം.

നിങ്ങളോടൊപ്പമിരുന്ന്
പരാജയപ്പെട്ടവളെന്ന്
കരുതണം.

ഞാൻ
അനേകമനേകം
ദുഃഖങ്ങളിൽ നിന്ന്
രക്ഷപ്പെട്ടതോർത്ത്
നിങ്ങൾക്ക്
കരയാം.

എന്റെ ഭാരങ്ങൾ
ഇറങ്ങിപ്പോയതോർത്ത്
നിങ്ങൾക്ക്
വിഷമിക്കാം.

തോൽവിക്കാരിയുടെ
കുപ്പായമണിഞ്ഞ്
ജയിച്ചവളേപ്പോലെ
വിറകിനടിയിൽ

ഞെരിയുമ്പോൾ
സുഹൃത്തുക്കളേ
നിങ്ങളാരുമെന്നെ
ഓർക്കാതിരിക്കുക.

നിങ്ങളാരുമെന്നെ
പഴിക്കാതിരിക്കുക.

○○

തീ

തീ പിടിച്ചത്
സമയത്തിനായിരുന്നു.
ഞാൻ
നോക്കിനിൽക്കെ
എല്ലാം കത്തിയമർന്നു.

തീ പിടിച്ചത്
നാടിനായിരുന്നു.
നോക്കിനിൽക്കെ
എല്ലാം മാറി മറിഞ്ഞു.

തീ പിടിച്ചത്
കാലനായിരുന്നു
നോക്കിനിൽക്കെ
സകലരും മരണമടഞ്ഞു.

അവസാനമായി തീ പിടിച്ചത്
എന്റെ ഹൃദയത്തിനായിരുന്നു.
അകം പൊള്ളി-
പ്പൊങ്ങുന്നതുവരെയും
നിന്നെ ഞാൻ കാത്തുസൂക്ഷിച്ചു
അഗ്നയേ ഇദം നഃ മമ.

○○

വായന

വാക്കുകൾ കൊണ്ട്
ചിറകുവിരിച്ച്
പറക്കുവിൻ തോഴരേ
അറിയാത്ത
ആകാശഗർത്തങ്ങളിലേക്ക്
ഊർന്നിറങ്ങുവിൻ..

വർണ്ണങ്ങളുടെ
മറ്റൊരു പ്രപഞ്ചമുണ്ട്
കാണുവാൻ
കൺതുറക്കുവിൻ തോഴരേ...

മൗനത്തിലും
നേർത്ത സംഗീതനിർഝരിയുണ്ട്
കാതുകൂർപ്പിക്കുവിൻ.

ഉന്മാദഗന്ധങ്ങൾ
കാറ്റിലൊഴുകിവരുന്നില്ലെ
നാസികയിലൂടെ
ഉള്ളിലെടുക്കുക
തോഴരേ...

നോക്കൂ,
രുചികരമായിട്ട് ചിലത്
തോന്നുന്നില്ലേ ?
എടുക്കൂ,
രസനയുടെ ശക്തിയെ
പരീക്ഷിക്കൂ.

തണുപ്പും ചൂടുമുള്ള
മധുരവും കയ്പ്പുമുള്ള
കടും നിറങ്ങളിലുള്ള

ഏതൊക്കെയിടങ്ങൾ
നമുക്കായി
ഒഴിഞ്ഞുകിടക്കുന്നു

വരൂ...
കയറി വരൂ...
ഈ സിംഹാസനങ്ങൾ
നിങ്ങൾക്ക് ഓരോരുത്തർക്കും
ഉള്ളതാണ്
സ്വന്തമാക്കുവിൻ.

○○

എങ്കിൽ

ഞാൻ
ഈ എഴുതിയതൊക്കെ
ഒരു പാറയിലായിരുന്നെങ്കിൽ
അതലിഞ്ഞു പൊടിഞ്ഞ്
എന്നോടൊപ്പം വന്നേനെ...

ഞാൻ
പറയുന്നതൊക്കെ
ഒരു പ്രതിമയോടായിരുന്നെങ്കിൽ
ഇന്നേക്ക്
അതിന് ജീവൻ വെച്ച്
എന്റെ കൈപിടിച്ച് നടന്നേനെ.

ഞാൻ
ചുംബിച്ചത് വായുവിലായിരുന്നെങ്കിൽ
വൃശ്ചികത്തിലെ കാറ്റുപോലെ
എന്നെ തഴുകിയേനെ.

ഞാൻ രമിച്ചത്
ഒരു പൂക്കാമരത്തിനെ
ആയിരുന്നെങ്കിൽ
ഇപ്പോൾ
വസന്തമായ് പൂത്തുലഞ്ഞേനെ.

ഞാൻ സ്നേഹിച്ചത്
ഒരു സിംഹത്തിനെയായിരുന്നെ-
ങ്കിൽപ്പോലും
സടകളഞ്ഞ്, കൂർത്ത പല്ലുകൾ
കൊഴിച്ചിട്ട്
എന്നെ സിംഹാസനങ്ങളിൽ
ഇരുത്തിയേനെ.

പക്ഷേ
ഞാൻ എഴുതിയതും
പറഞ്ഞതും ചുംബിച്ചതും
രമിച്ചതും സ്നേഹിച്ചതും
നിന്നെയായിരുന്നു.

മൗനം മറയാക്കിയ
നിന്നെയായിരുന്നു.

ഒളിച്ചൊളിച്ച് തെളിയുന്ന
നിന്നെയായിരുന്നു.

പിണ്ണാക്കം പിടയുന്ന മനസ്സുള്ള
നിന്നെയായിരുന്നു-
നിന്നെ മാത്രം.

൦൦

സമാഹാരം

പൂക്കൾ
വിരിയും
കൊഴിയും

വിത്തുകൾ
മുളയ്ക്കും
നശിക്കും
മഴയും വെയിലും
മഞ്ഞും കാറ്റും
മാറിമാറി വരും

മനുഷ്യൻ ചിരിക്കും
കരയും
ജനിക്കും
മരിക്കും

വിരുദ്ധദ്വന്ദ്വങ്ങളുടെ
സമാഹാരമാണ്
ജീവിതം.

○○

സൂര്യനോടൊരു കാര്യം

സൂര്യൻ
ഉദിച്ചു.
അവിടെത്തന്നെ നിന്നു.

ഭൂമി കറങ്ങി.
സൂര്യൻ മങ്ങി.
ശരി.
പക്ഷേ,
രാഹുവും കേതുവും
ചൊവ്വയും വ്യാഴവും
വന്നു വിളിക്കുമ്പോൾ
സൂര്യനെന്തിന്
കൂടെപ്പോകണം?

ബുധനെയും
ശനിയേയുമൊക്കെ
എന്തിന് കൂടെ കൂട്ടണം?

ഒന്നറിഞ്ഞോ
ഭൂമീല് മാത്രമേ
നിനക്കായി
തുടിക്കുന്ന
ഒരു ഹൃദയമുള്ളൂ.

സ്നേഹ ഗംഗയുള്ളൂ
ഹരിത സ്മൃതികളുള്ളൂ
ഉടലാർന്ന കടലുള്ളൂ
നിറമാർന്നെഴും മനമുള്ളൂ
നന്മതൻ കിരണമുള്ളൂ.

ഭൂമി ഇല്ലെങ്കിൽ
നിന്റെ ഊർജ്ജം
കൊണ്ടെണ്ടന്തു ഗുണം ?

നീ ആർക്കുവേണ്ടി
ഉദിക്കണം? പ്രകാശിക്കണം?

ഭൂമി ഇല്ലെങ്കിൽ
നീ വെറും
അഗ്നിഗോളമെന്നറിയൂ.

ദൈവമായി കരുതി
നിന്നെ ആര് പ്രാർത്ഥിക്കും
സ്നേഹിക്കും?

സൂര്യാ,
നീ സർവ്വ സാക്ഷിയാണല്ലോ
മടക്കി തന്നാലും
ഭൂമി തന്നുത്തരം..

○○

മറക്കാതിരിക്കുക

സ്വയം
കറങ്ങി കൊണ്ടിരിക്കുന്നതിനാൽ
ഭൂമിക്ക് തിരക്കുകളില്ല.

മറ്റാരെക്കാളും ക്ഷമയും
സഹനവും
അതിരറ്റ സ്നേഹവും
അവൾക്കുണ്ട്.

ആർദ്രയായ അവളിൽ
വസന്തവും ശിശിരവും
ഹേമന്തവും വർഷവുമുണ്ട്.

കൊടുംവേനലായ്
മാറാതിരിക്കുക.
മറക്കാതിരിക്കുക,
ഭാഷയും ഭാവനയും
ജലവും വായുവും
വർണ്ണസുരഭിലമായ
കാഴ്ചകളുമെല്ലാമെല്ലാം
ഭൂമിയിൽ മാത്രമേയുള്ളൂ.

അവളെ
ചുട്ടുപൊള്ളിക്കാതിരിക്കുക.
ചാട്ടയാലടിക്കാതിരിക്കുക.

OO

കവിതയ്ക്കറിയാത്തത്

നിന്നെ എത്ര കണ്ടാലും
എനിക്ക് മതിയാവൂല

നിന്നോടെത്ര മിണ്ടിയാലും
എനിക്ക് തീരൂല

നിന്നെ എത്ര സ്നേഹിച്ചാലും
എനിക്ക് തൃപ്തി വരൂല

നിന്നെ എത്ര പ്രണയിച്ചാലും
എനിക്ക് പൂർണമാവില്ല

നിന്നെ എത്ര ചുംബിച്ചാലും
എനിക്ക് കൊതി തീരില്ല

നിന്നോടെത്ര അടുത്താലും
അടുത്തെത്തുന്നില്ല

നിന്നെ എത്ര തൊട്ടാലും
എത്തിപ്പിടിക്കാനാവുന്നില്ല

പ്രിയപ്പെട്ടവളേ,
നീയെനിക്കെത്ര പ്രിയതരമെന്ന്
നീയറിയുന്നതേയില്ല..

○○

മരണം

അത്
ചിലത്
അവസാനിപ്പിക്കുന്നു

ചിലതെല്ലാം
ഓർമ്മിപ്പിക്കുന്നു.

പലതും
മറക്കാൻ
പ്രേരിപ്പിക്കുന്നു

സ്വപ്നങ്ങളൊക്കെ
വ്യർത്ഥമെന്ന്
വ്യഞ്ജിപ്പിക്കുന്നു.

കഴിഞ്ഞു
പോയതൊക്കെ
നിഴലുകൾ
മാത്രമെന്ന്
തിരിച്ചറിയിപ്പിക്കുന്നു.

ഒറ്റപ്പെടുത്തുന്നു
ഒറ്റുകൊടുക്കുന്നു

മരണം
അത്
നിശ്ചലതയെയും
മൗനത്തെയും
നമ്മിലടിച്ചേൽപ്പിക്കുന്നു.

അതേ
മരണത്തോളം

വലിയ
മറ്റൊരു
സത്യമില്ല.....

൦൦

കവിതയുണ്ട്

എന്റെ ഓർമയുടെ
ഓരോ അണുവിലും
നീയുണ്ട്.

എന്റെ മനസ്സിന്റെ
ഓരോരോ കോണിലും
നീയേയുള്ളൂ.

എന്റെ ഹൃദയത്തിന്റെ
ഓരോ സ്പന്ദനവും
നീയാണ്.

എന്റെ
ഓരോ ശ്വാസത്തിലും
നീ കുടിയിരിക്കുന്നു
ജീവമായ്.

എന്റെ എല്ലാ
കാഴ്ചകളിലും
കേൾവിയിലും
സ്പർശനത്തിലും
രുചിയിലും
മണത്തിലും
ബഹുരൂപിയായ്
നീയുണ്ട്.

എന്റെയുള്ളിൽ
ബഹുമുഖമായി
നീ.

എന്റെ
ശരീരത്തിൻ കുളിരായി
മനസ്സിൻ ശക്തിയായി

ഈശ്വരനായി
കെടാവിളക്കായി
എന്നും
എപ്പോഴും
നീയുണ്ട്.

കവിതേ
നീയാണ് ഞാൻ !

ഠഠ

ഉത്തരം
തരാത്ത
എത്ര
ചോദ്യങ്ങൾ.....

മൗനം
മാത്രമായ്ത്തീർന്ന
എത്രയോ
പറച്ചിലുകൾ

വേണ്ടെന്ന്
ധ്വനിപ്പിക്കുന്ന
മഹാമൗനങ്ങൾ

വായിച്ചു പോലും
നോക്കാതെ
മായിച്ചു കളഞ്ഞവയെത്ര?

വായിച്ചിട്ടും
മിണ്ടാതെ
ഒഴിവാക്കിയവയെത്ര?

ആത്മാവുകൊണ്ട്
സ്പർശിച്ചിട്ടും
അലിവില്ലാതെ
മടക്കിയവയെത്ര?

വേണ്ടാ വേണ്ടാ
എന്നെത്രയാവർത്തി .....

എങ്കിലും
ഞാനിവിടുണ്ട്
എന്നറിയിക്കാനിത്രമാത്രം.....

സ്നേഹത്തോടെ

www.ingramcontent.com/pod-product-compliance
Lightning Source LLC
LaVergne TN
LVHW060140051026
849517LV00007B/2521
* 9 7 8 9 3 9 1 0 8 5 0 3 2 *